சுரேஷ்குமார இந்திரஜித்

இயற்பெயர் என்.ஆர். சுரேஷ்குமார். 5 அக்டோபர் 1953இல் ராமேஸ்வரத்தில் பிறந்தார். மதுரையில் கல்வி பயின்றார். மதுரை மாவட்ட வருவாய்துறையில் தாசில்தாராகப் பணிபுரிந்து 2011இல் ஓய்வு பெற்றார். மதுரையில் வசிக்கிறார்.

2020ஆம் ஆண்டுக்கான விஷ்ணுபுரம் விருது இவருக்கு வழங்கப்பட்டது. 2023ஆம் ஆண்டு முன்றில் அறக்கட்டளையின் மா.அரங்கநாதன் விருது வழங்கப்பட்டது.

Email: sureshkumaraindrajith@gmail.com

ஆசிரியரின் பிற நூல்கள்

அலையும் சிறகுகள் (1992)
மறைந்து திரியும் கிழவன் (1991
மாபெரும் சூதாட்டம் (2005)
அவரவர் வழி (2009)
நானும் ஒருவன் (2012)
நடன மங்கை (2013)
இடப்பக்க மூக்குத்தி (2017)
பின் நவீனத்துவவாதியின் மனைவி (2018) கிளாசிக் சிறுகதைகள்
கடலும் வண்ணத்துப்பூச்சிகளும் (2019) நாவல்
அம்பிகாவும் எட்வர்ட் ஜென்னரும் (2020) நாவல்
ஒரு பாடகி ஒரு மாயப்பிறவி (2021) நாவல்
நான் லலிதா பேசுகிறேன் (2022) நாவல்
சுரேஷ்குமார இந்திரஜித் நேர்காணல்கள் (2022)
தாரிணியின் சொற்கள் (2022) குறுங்கதைகள்
சுரேஷ்குமார இந்திரஜித் சிறுகதைகள் (2022) மொத்தச் சிறுகதைகள்
எடின்பரோவின் குறிப்புகள் (2023) குறு நாவல்கள்
பெரியம்மை (2023) கதைத் தொகுப்பு

தொகுப்பு

டெர்லின் ஷர்ட்டும் எட்டு முழ வேட்டியும் அணிந்த மனிதர்
 – ஜி. நாகராஜன் (1993) கிளாசிக் சிறுகதைகள்

பிறவிப்
பெருங்கடல்

சுரேஷ்குமார இந்திரஜித்

எதிர்
வெளியீடு

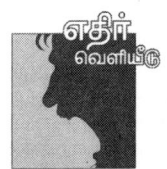

பிறவிப் பெருங்கடல்
சுரேஷ்குமார இந்திரஜித்
முதல் பதிப்பு: ஜூலை 2024
எதிர் வெளியீடு,
96, நியூ ஸ்கீம் ரோடு, பொள்ளாச்சி – 642 002
தொலைபேசி: 04259 – 226012, 99425 11302

விலை: ரூ. 190

piravip perunKatal
Sureshkumara Indrajit

Copyright © Sureshkumara Indrajit
First Edition: July 2024

Published by
Ethir Veliyeedu, 96, New Scheme Road, Pollachi – 2
Email: ethirveliyedu@gmail.com
www.ethirveliyeedu.com

ISBN: 978-81-19576-58-6
Cover Design: Santhosh Narayanan
Printed at Jothy Enterprises, Chennai.

All rights reserved. No part of this book may be reprinted or reproduced or utilised in any form or by any electronic, mechanical or other means, now known or hereafter invented, including Photocopying and recording, or in any information storage or retrieval system, without permission in writing from the Publisher.

என். சிவராமனுக்கு

முன்னுரை

இது என் ஐந்தாவது நாவல். 2019இல் என் முதல் நாவல் வந்தது. இந்த நாவலில் பல திறப்புகள் உள்ளன. மொத்தம் உள்ள 38 அத்தியாயங்களில் பல இடங்களில் திறப்புகள் விரவிக் கிடக்கின்றன. இந்த நாவலில் கிளைக்கதைளும் உட்கதைகளும் உள்ளன. இந்த நாவல் எழுதியது எனக்குப் புதிய அனுபவமாக இருந்தது. பெண்களின் வினோத அடையாளங்கள் நாவலுக்குப் புத்துணர்ச்சியையும் மாயத்தையும் தருகின்றன.

ஸ்ரீநிவாச கோபாலனுக்கும் தேவேந்திர பூபதி, சுனில் கிருஷ்ணன், சிவராமன், ஜயபாஸ்கரன் ஆகியோருக்கும் என் நன்றி. கார்த்திகைப் பாண்டியன், எதிர் வெளியீடு அனுஷ், சீனிவாசன் மற்றும் பணியாளர்களுக்கும் என் நன்றி.

நாள்: 31-5-2024

சுரேஷ்குமார இந்திரஜித்
மதுரை

பகுதி 1

01

ஜோசப் சர்ச்சிலிருந்து வெளியே வந்தான். சர்ச்சில் ஆண்களும் பெண்களும் குழுமியிருந்தார்கள். முகத்தை உற்றுப் பார்ப்பதில் உள்ள சங்கடம் கருதி, நடுத்தர வயதுப் பெண்களின் புறங்கையை எங்கு சென்றாலும் பார்த்துக்கொண்டிருந்தான். பல வகையான கைகள். மோதிரங்கள் அணிந்த விரல்கள். ஒரு மோதிரம், இரண்டு மோதிரங்கள், மூன்று மோதிரங்கள். பல வகையான வளையல்கள் அணிந்த கைகள். சில கைகளில் ரப்பர் வளையல்கள். தங்க வளையல்கள் அணிந்த கைகள். கவரிங் வளையல்கள் அணிந்த கைகள். ஒரு கையில் வாட்ச், மறுகையில் வளையல்கள். வாட்ச் இல்லாமல் இரு கைகளிலும் வளையல்கள். புறங்கையில் பச்சை குத்திய கைகளைக் காணோம்.

ஓட்டலில் சாப்பிடும்போது பஸ்ஸில் செல்லும்போது சாலையில் நடக்கும்போது, சினிமா தியேட்டரில், ஜவுளிக்கடையில், எல்லா இடங்களிலும் கைகள். புறங்கைகள். ஏராளமான கைகள். நூற்றுக்கணக்கான, ஆயிரக்கணக்கான புறங்கைகள். பச்சை குத்தாத புறங்கைகள்.

ஜோசப் சேரில் உட்கார்ந்திருக்கும்போது, முன்னால் உள்ள மேஜையில் இரண்டு கைகளையும் வைத்து ரோஸி டீச்சர் பேசுவது வழக்கம். அவன் அந்தப் புறங்கைகளையே பார்த்துக்கொண்டிருப்பான்.

முகத்தில் மரு உள்ள பெண்கள் அபூர்வம். வலது கண்ணுக்குக் கீழ் மரு இருக்க வேண்டும். அபூர்வத்திலும் அபூர்வம். அவன் வெளியூருக்குச் செல்லும்போதெல்லாம் கவனித்துக்கொண்டுதான் இருக்கிறான். எங்கும் கிடைக்காத புறங்கைகள்.

ஏன் பாம்பு படத்தை வரைய வேண்டும். அநாதையாகக் கிடந்தவன். யேசுவின் கிருபையில் காப்பாற்றப்படுவான் என நினைத்து அந்த அம்மா கருணை இல்லத்தின் வாசற்படியில் போட்டிருக்கிறாள்.

வலது கண்ணுக்குக் கீழே மரு உள்ள முகங்கள் தோன்ற ஆரம்பிக்கின்றன. நூற்றுக்கணக்கான, ஆயிரக்கணக்கான புறங்கைகள் போல, முகங்களும் அவ்வளவு எண்ணிக்கையில் தோன்றுகின்றன. முகங்கள், முகங்கள், மரு இல்லாத முகங்கள். வேறு இடத்தில் மரு உள்ள முகங்கள்.

திடீரென்று பாம்புகள் தோன்றுகின்றன. பாம்புகளின் குவியல். ஒன்றோடொன்று பிணைந்து ஒன்றின் மீது ஒன்றாகப் பாம்புகள். வரிசையாகப் புறங்கைகள். பச்சை குத்தப்பட்ட பாம்புகள் புறங்கைகளிலிருந்து உயிர் பெற்று வந்துகொண்டேயிருக்கின்றன.

புறங்கைகளின் குவியல், பாம்புகளின் குவியல், மரு உள்ள முகங்களின் குவியல். ஜோசப் சோர்ந்து சரிந்தான்.

02

அந்தப் பெண்ணைப் பார்த்ததும் ரத்தினவேல் அதிர்ந்தான். அந்தப் பெண் சுருட்டு புகைத்துக்கொண்டிருந்தாள். பைஜாமா, ஜிப்பா அணிந்திருந்தாள். அவளைச் சிலர் வேடிக்கை பார்த்தார்கள். அதில் சாமியார்களும் இருந்தார்கள். கங்கைக்கரையில் பலவிதமான மனிதர்கள் இருந்தார்கள். உணவு தருவதற்குப் பல இடங்கள் இருக்கின்றன. வினோதமாக இருப்பவர்களை பக்தர்கள் விரும்பினார்கள்.

அவள் எப்படி இங்கே வந்தாள், எப்போது வந்தாள், என்ன செய்கிறாள், சுருட்டுப் பிடித்துக்கொண்டே வாழ்க்கையைக் கழித்துவிடுவாளா. அவளுக்கு அவளது தந்தை சிதம்பரம் பிள்ளை ரோகிணி என்று பெயர் வைத்தார். தன்னுடைய பெயர் அவளுக்கு நினைவில் இருக்குமா. அவளைச் சுருட்டுக்காரி என்று மற்றவர்கள் அழைத்தார்கள். ரத்தினவேலுக்கு அவள் ஏதோ ஒரு வழியில் தங்கை முறை வேண்டும், அவனது அப்பா கூடப் பிறந்தவர்கள் எட்டு ஆண்கள். அவனது தாத்தா கூடப் பிறந்தவர்கள் ஏழு ஆண்கள். எல்லோருமே ஒரே பகுதியில் இருக்கும் பக்கத்துப்பக்கத்துத் தெருக்களில் வசித்தார்கள். சிலர் வீட்டை விற்றுவிட்டார்கள் சில வீடுகள் பூட்டியிருக்கின்றன. சிதம்பரம் பிள்ளை உயிருடன்தான் இருக்கிறார். தென்னந்தோப்புகளை மகன் பார்த்துக்கொள்கிறான். மீன் சந்தைக்கு இன்னொரு மகன் செல்கிறான். மீனவர்களிடமிருந்து மீன்களைக் கொள்முதல் செய்து, பிற ஏஜெண்டுகளுக்குக் கொடுக்கிறான். மீனவர்களுக்குப் பணம் கொடுத்துக் கட்டுப்பாட்டில் வைக்கும் பழக்கம் சிதம்பரம் நேரடியாகத் தொழிலைக் கண்காணிப்பில் வைத்திருந்த காலத்திலிருந்து தொடர்ந்துகொண்டிருக்கிறது. உடலில் பல நோய்கள் இருந்தபோதும் காலையில் குளித்துவிட்டு நெற்றியில் திருநீறு பூசி, ராமநாதசுவாமியை வழிபட்டு வீட்டுக்கு வந்த பின்னரே காலை உணவு சாப்பிடுவார்.

சிதம்பரம் பிள்ளையின் தந்தை நீலகண்ட பிள்ளைக்குத் தெருவில் நான்கு பெரிய வீடுகள். பின்புறம் கிணறு இருக்கும் வீடுகள். ராமேஸ்வரத்திற்கு வரும் யாத்ரீகர்களுக்குத்

தங்குவதற்கு இடம் கிடைப்பது சிரமமானதாக இருந்தது. சில சாதிச் சத்திரங்கள் இருந்தன. ஒரு லாட்ஜ் இருந்தது. வீடுகள் உள்ளோர், யாத்ரீகர்களை வீட்டில் தங்க வைத்து வாடகை வாங்கிக்கொள்வார்கள். போக்குவரத்திற்குக் குதிரை வண்டிகள். மண்சாலையில் வீடுகள் இருந்தன. கோயிலைச் சுற்றி இருந்த சாலைகள் மட்டுமே தார்ச்சாலைகளாக இருந்தன. ரிக்ஷா மண்சாலையில் செல்ல முடியாது என்பதால் குதிரை வண்டிகள் நிறைய இருந்தன. வீடுகளை யாத்ரீகர்களுக்கு வாடகைக்கு விடுவதன் மூலம் வருமானம் வந்துகொண்டிருந்தது. பெரும்பாலும் வடநாட்டு யாத்ரீகர்கள்.

பல தலைமுறைகளுக்கு முன்னால் திருவேங்கடம் பிள்ளை என்று ஒருவர் இருந்ததாகப் பேசிக்கொள்வார்கள். அவர் தன் நடவடிக்கையால் கெட்ட பெயர் ஈட்டியிருந்தார். அவருடைய மகள் தென்னையம்மாள். அவளுக்கும் வேறு சாதியைச் சேர்ந்தவனுக்கும் எப்படியோ பழக்கமாகி, தென்னையம்மாள் கர்ப்பமாகிவிட்டாள். தென்னையம்மாள் இறந்துவிட்டாள். திருவேங்கடம் பிள்ளை விஷம் வைத்துக் கொன்றுவிட்டதாகத் தெருவில் உள்ளவர்களும் உறவினர்களும் தங்களுக்குள் பேசிக்கொண்டார்கள்.

திருவேங்கடம் பிள்ளை தூக்கத்தை இழந்தவரானார். கோணல் முகம் தோன்றி அவரைப் பயமுறுத்திக்கொண்டிருந்தது. "என்னை விட்டுரு" என்று அடிக்கடி கத்தினார். அவர் மனைவி வள்ளிக்கு அடிக்கடி அருள் வந்தது. முகத்தில் திருநீறைப் பூசிக்கொண்டு விளக்குமாற்றை எடுத்துக்கொண்டு, கற்பனையில் கண்ட ஒரு பெண் உருவத்தை விரட்டுவாள். வாசல்வரை சென்று விரட்டிவிட்டு வருவாள். திருவேங்கடம் பிள்ளையும் கூட ஓடுவார். சில சமயம் அந்த உருவத்தை விரட்டிக்கொண்டே வள்ளி தெருமுனைவரை செல்வாள். தெருக்காரர்கள் அதைப் பார்த்துக் கெட்ட ஆவி அவர்களை ஆட்டுவிக்கிறது என்று பேசிக்கொள்வார்கள். கொடுஞ்செயல் செய்பவரின் குற்றவுணர்வு பேயாக மாறும் என்று திருவேங்கடம் பிள்ளையிடம் ஒரு சாமியார் சொல்லியிருக்கிறார். சிவபெருமானே அந்தச் சாமியாராக வந்ததாகத் திருவேங்கடம் பிள்ளைக்குத் தோன்றும். அவரைப் பார்த்தால் பரிகாரம் கேட்க வேண்டும் என்று அவர் நினைத்தார். ஆனால், அவரை அதற்குப்பின் பார்க்கவே இல்லை. ஆனால், கனவில் ஒருமுறை அந்தச் சாமியாரைப் பார்த்தார். அப்போது சாமியார்

சிரித்துக்கொண்டே சொன்னார், "நல்லது நடந்தால் கடவுளின் ஆசீர்வாதம். கெட்டது நடந்தால் கெட்ட ஆவி. நல்லது நடப்பதும் கெட்டது நடப்பதும் யார் கையிலும் இல்லை. கடவுள் கையிலும் இல்லை. கெட்ட ஆவி கையிலும் இல்லை. ஆனால், உன் கை விஷம் படிந்தது." திருவேங்கடம் பிள்ளை திடுக்கிட்டு விழித்துக்கொண்டார். எழுந்து பர்வதவர்த்தினி படம் முன் சென்று கும்பிட்டார். முன்பு ராமநாதசுவாமியை உள்ளம் உருகி வழிபட்டுக்கொண்டிருந்தார். இப்போதெல்லாம் பர்வதவர்த்தினியை நீண்ட நேரம் வழிபடுகிறார்.

வள்ளிக்கு ஒரு யோசனை தோன்றி திருவேங்கடம் பிள்ளையிடம் கூறினாள். அதன்படி, திருவேங்கடம் பிள்ளையும் சுவரில் சந்தனம் குங்குமம் வைத்து, புதுப்புடவை வாங்கிச் சுவரை ஒட்டி வைத்து, அதன்மேல் மல்லிகைப் பூக்களை வைத்து வணங்கினார். சில நாட்களுக்கு அந்தக் கோணல் முகம் அவரைத் துன்புறுத்தாமல் இருப்பதாக உணர்ந்தார். சில நாட்கள் கழித்து அந்தக் கோணல் முகம் தோன்றியது. "கடவுளே, பர்வதவர்த்தினியம்மா, நான் இந்தக் கொடுமையிலிருந்து விடுபடமுடியாதா" என்று கூறி முறையிடுவார். ஒருநாள் வீட்டின் பின்புறமுள்ள கிணற்றில் திருவேங்கடம் பிள்ளை இறந்து கிடந்ததைப் பார்த்தார்கள்.

தலைமுறையின் ஏதோ ஒரு கிளையில் யாரோ ஒரு பெண் மூர்க்க குணமுடையவளாக மாறுகிறாள். சுருட்டுப் பிடித்துக்கொண்டிருக்கிறாள்.

03

ரத்தினவேலுக்கு அந்த இடத்தை விட்டு அகன்றுவிட வேண்டும் என்று தோன்றியது. கூட வந்திருந்த ஜோசப்பிடம், "உடனே இந்த இடத்தை விட்டுச் சென்றுவிடுவோம்" என்றான் ரத்தினவேல். "வேடிக்கை பாருங்க" என்று ஒரு சாமியார் தலைகீழாக நின்றிருப்பதைக் காட்டினான். "நான் அப்புறம் சொல்றேன். இப்ப கிளம்புவோம்" என்றான் ரத்தினவேல்.

அப்போது அவன் எதிர்பார்த்தது நடந்தது. சுருட்டுப்பெண் அவனை நோக்கி வந்தாள். "ஒரு டீயும் பன்னும் வாங்கிக் கொடு" என்றாள். ரத்தினவேல் பயந்துகொண்டே டீக்கடையை நோக்கிச் சென்றான். அவளுக்கு டீயும் பன்னும் வாங்கிக் கொடுத்து டீக்கடையில் அதற்கான பணத்தைக் கொடுத்தான். அவள் பன்னைப் பிய்த்து டீயில் முக்கிச் சாப்பிடுவதைப் பார்த்தான். அந்த இடத்தை விட்டு ஜோசப்புடன் அகன்றான்.

அறைக்கு வந்ததும் ரத்தினவேல் டீ கொண்டுவரச் சொன்னான். "அந்தச் சுருட்டுப்பெண் எனக்கு ஏதோ ஒரு வழியில் சொந்தம். முன்னோர்களின் ஒரு கிளையில் பிறந்தவள். விசேஷ வீடுகளில் அவளின் வினோதத்தன்மை காரணமாக என் நினைவில் இருக்கிறாள். அவள் பெயர் ரோகிணி" என்றான் ரத்தினவேல்.

"இவள் ஏன் இப்படித் திரிகிறாள்" என்றான் ஜோசப். தான் அறிந்த வாய்மொழிக் கதையை ஜோசப்பிடம் ரத்தினவேல் கூறினான்.

"பரம்பரைக் கோளாறுகளால் இப்படி சில நிகழ்வுகள் பரம்பரையாகத் தொடர்வதுண்டு. பெண் குழந்தை பிறந்தால் பயந்து தென்னையம்மாளைக் கடவுளாக்கி வழிபடுவதும் பாதிப்பை ஏற்படுத்தும்" என்றான் ஜோசப். அவன் ஆங்கில ஆசிரியராகப் பணிபுரிகிறான். அனாதைகளைப் பராமரிக்கும் கிறிஸ்தவ மிஷனரியில் வளர்ந்தவன்.

"நல்லவேளை. எனக்கு மகன்தான் பிறந்தான்" என்றான் ரத்தினவேல்.

"இந்த பயம்தான் பிரச்சினையாக மாறும்" என்றான் ஜோசப்.

"நான் ஊரைவிட்டு வந்து பல காலமாகிவிட்டது. ஆனால் என்னால் ரோகிணி சுருட்டுக்காரியாக இங்கிருக்கிறாள் என்று சிதம்பரம் பிள்ளை குடும்பத்திற்குச் சொல்ல முடியும்."

"வேண்டாம். அவள் இங்கே இருப்பது அவளின் குடும்பத்தினருக்குத் தெரிந்தே இருக்கலாம். நீங்கள் காணாதது போல் இருந்துவிடுங்கள். அதுதான் நல்லது என்று நினைக்கிறேன்."

"ஆம். அதுதான் சரி என்று தோன்றுகிறது. அவ்வளவு பேர்கள் இருக்க என்னிடம் வந்து ஏன் டீ கேட்டாள்."

"இதற்கெல்லாம் காரணம் கண்டறிய முடியாது. உங்களுக்கு அவளின் பூர்வகதை தெரிவதால் விபரீதமான கற்பனைகள் ஏற்படுகிறது. அதற்கு இடம் கொடுக்காதீர்கள். மனம் பேயாக மாறக்கூடியது."

அன்று இரவு ரத்தினவேலுக்கு கனவு வந்தது. சுருட்டுக்காரி சுருட்டுப் புகைத்துக்கொண்டு, கால்மேல் கால் போட்டு நாற்காலியில் உட்கார்ந்திருக்கிறாள். ரத்தினவேல் எதிரில் உள்ள நாற்காலியில் ஒடுங்கி, முகம் வெளிறி உட்கார்ந்திருக்கிறான். அவளின் முகம் கோணலாகிப் பின் நேரானது. உடம்பெல்லாம் வியர்வை. சுருட்டுகளை பாலிதீன் கவரில் சுற்றிப் பக்கத்தில் வைத்திருக்கிறாள். பக்கத்திலேயே தீப்பெட்டி இருக்கிறது.

"தென்னையம்மாள் தெரியுமா" என்று சுருட்டுக்காரி கேட்டாள்.

"கேள்விப்பட்டிருக்கிறேன்" என்றான் ரத்தினவேல். அவன் முகத்தில் சுருட்டுப் புகையை விட்டாள். சுருட்டின் மணம் அவனின் நாசியில் ஏறியதில் கிறுகிறுப்பு ஏற்பட்டது.

"திருவேங்கடம் பிள்ளை வம்சம் இருக்கும்வரை நானும் இருப்பேன்" என்றாள்.

"மற்றவர்கள் என்ன செய்வார்கள். திருவேங்கடம் பிள்ளை கிணற்றில் விழுந்து இறந்துபோனாரே."

"அவர் செய்த பாவத்துக்கு அவரின் வம்சம் அனுபவிக்க வேண்டும்."

"இதென்ன நியாயம்" என்றான் ரத்தினவேல். அடுத்த நொடி அவன் கன்னத்தில் அறைந்தாள். சுருட்டுப் புகையை இழுத்து அவன் முகத்தில் விட்டாள். அவனுக்கு மூச்சுத் திணறியது.

தூக்கத்திலிருந்து உளறிக்கொண்டே, இருமிக்கொண்டே எழுந்தான் ரத்தினவேல். ஜோசப், பதறி எழுந்து அவனை ஆசுவாசப்படுத்தி, டம்ளரில் தண்ணீர் எடுத்துக் கொடுத்தான்.

"என்ன" என்று ஜோசப் கேட்டான்.

"ஒரு கனவு கண்டேன். சுருட்டுக்காரி கனவில் வந்து புகையை என் முகத்தில் ஊதினாள். கன்னத்திலும் அறைந்தாள்" என்றான்.

"மனதைக் குழப்பிக்கொள்ளாதீர்கள். நமது துரதிர்ஷ்டம், நாம் அவளைப் பார்த்தது. இந்த ஊரை விட்டுக் கிளம்புவோம்" என்றான் ஜோசப்.

04

ஜோசப்பும் ரத்தினவேலும் நடந்துகொண்டிருந்தார்கள். பலவிதமான மனிதர்கள். பல மொழி பேசுபவர்களைக் கடந்து சென்றுகொண்டிருந்தார்கள். அப்போது ஒரு பிச்சைக்காரனை ரத்தினவேல் பார்த்தான். தெரிந்த முகமாக இருந்தது. நினைவிற்கு வரவில்லை. பின் நினைவிற்கு வந்தது. அவன் பிரவீன் குமார். கூடப் படித்தவன். அரசாங்க வேலை கிடைத்து வேலை பார்த்தவன். ஓரளவு ரசிகர்களுக்குத் தெரிந்த துணை நடிகர் ஒருவரின் மகளைத் திருமணம் செய்துகொண்டான். நடிகரின் பெயர் ரத்தினவேலுக்கு நினைவில் வரவில்லை. பிரவீன் குமாரின் தந்தை ஏற்கெனவே இறந்துவிட்டார். தாயார் மாநகராட்சிப் பள்ளியில் ஆசிரியையாக இருந்தார். திருமணத்திற்குச் சென்றது, அவனைக் கேலி செய்தது நினைவிற்கு வந்தது. அரசாங்க வேலையில் இருந்த அவனுக்கும் அவனுக்கு அதிகாரியாக இருந்தவருக்கும் நல்ல உறவு அமையவில்லை. ஏதோ வாக்குவாதத்தில் அந்த அதிகாரியை பிரவீன் குமார் தள்ளி விட்டான். அவர் கீழே விழுந்துவிட்டார். துறை நடவடிக்கை எடுத்தார்கள். இடையில் அவனது தாயார் இறந்துவிட்டார். பிரவீன் வேலைக்குச் செல்ல இயலவில்லை. அவனுக்கும் மனைவிக்கும் ஆரம்பத்தில் இருந்தே உறவு சரியாக அமையாமல் இருவரும் ஒருவர் மீது ஒருவர் வெறுப்பில் இருந்தார்கள். அவள் பெருநகரத்திலிருந்து, ஆடம்பர வாழ்க்கையிலிருந்து வந்தவள். இங்கு அவள் எதிர்பார்த்த வசதி இல்லை. பிரவீன் குமாரின் தாயார் இறந்துபோன பின்னர் வருமானம் குறைந்தது. அவனும் சஸ்பென்ஷனில் இருந்தான். மனைவி தாய்வீட்டுக்குப் போய்விட்டாள். அவனுக்கு வாய்த்த துறை சரியில்லையென பல முறை ரத்தினவேலிடம் புலம்பியிருக்கிறான். ஒருநாள் காணாமல் போனான். இப்போது இங்கே பிச்சைக்காரனாக இருக்கிறான்.

ரத்தினவேல் அவனை நெருங்கி, "நீ பிரவீன்தானே" என்றான். அந்தப் பிச்சைக்காரன் ரத்தினவேலை விநோதமாக உற்றுப் பார்த்தான். அந்த விநோதமான பார்வை பிச்சைக்காரர்கள் உருவாக்கிக்கொள்வது.

இந்த ஊரில் ஏதோ ஒரு வகையில் விநோதமாக இருப்பவர்கள், அவர்கள் விநோதத்தினாலேயே மரியாதைக்குரியவர்களாக இருந்தார்கள். விநோதப் பார்வை பார்த்த பிச்சைக்காரன் திடுக்கிட்டு, அந்த இடத்தை விட்டு வேகமாக நடந்தான். அவன் பின்னால் செல்வதா, அவனைப் பெயர் சொல்லி அழைப்பதா என்று குழம்பி, அவன் பெயரைக் கத்தினான். அவன் நின்று திரும்பிப் பார்த்தான். பிறகு ஓடினான்.

ரத்தினவேலிடம் ஜோசப், அவனைப்பற்றி விசாரித்தான். அவன் பிரவீன் குமார் என்பதில் ரத்தினவேலுக்கு சந்தேகம் இல்லை. அவனைப்பற்றித் தனக்குத் தெரிந்தவற்றை ஜோசப்பிடம் கூறினான்.

05

ஓடிய அந்தப் பிச்சைக்காரன் தன் பார்வைக்கு ரத்தினவேல் தெரிகிறானா என்று நின்று பின்னால் பார்த்தான். ரத்தினவேலைக் காணோம். ஆனால் வேறு அதிர்ச்சியைக் கண்டான். ஒரு தம்பதி சாலையோரத்தில் உள்ள கடையில் நின்றிருந்தார்கள். அவள் பிரவீனாதான். கூட இருப்பவன் கணவனாக இருக்கலாம். இந்தக் கோலத்தில் போய் அவள் முன் நின்று அவளை அதிர்ச்சியடைய வைக்க வேண்டும் என்று அவன் நினைத்தான்.

பிரவீனா அவனுடைய மனைவி. அவனைப் பிடிக்கவில்லை என்று பெற்றோர் வீட்டிற்குச் சென்றவள். பிரவீன் குமாரை அவளுக்குத் திருமணம் செய்து வைத்ததற்கு பெயர் ராசியும் ஒரு காரணம். அவளின் அப்பாவிற்குச் சினிமா வாய்ப்பு குறைந்திருந்தது. ஒரே பெண். எப்படியாவது திருமணம் செய்துவிட வேண்டும் என்று நினைத்தார். அரசு வேலை. பிரவீன் ஒரே பையன். அம்மா டீச்சர். நெருக்கடியான சூழலில் பிரவீனா உடன்பட்டாள். மாமியாரும் கணவனும் காலையில் வேலைக்குச் சென்று இரவு திரும்புவார்கள். தனியாக இருக்க வேண்டும். திருமணமாகி வந்த அடுத்த நாளே மாட்டிக்கொண்ட உணர்வு அவளுக்கு ஏற்பட்டது. அவன் கட்டுடலுடன் அழகாக இருப்பது ஒன்றுதான் அவளுக்குப் பிடித்த விஷயமாக இருந்தது. தன்னுடைய மன உளைச்சலை அவனிடம் அவள் சொல்லியபோது இந்தச் சூழ்நிலைக்குப் பழகிக்கொள்ளுமாறு கூறிப் பொருட்படுத்தவில்லை.

துறை நடவடிக்கைகள் முடிந்த பின்னர் வேலைநீக்கம் நிச்சயம் என்று அவன் அறிந்திருந்தான். இடைநீக்கம் செய்திருந்தார்கள். பிரவீனாவிற்கு பிரவீனுடன் வாழ்வது சிரமம் என்று தோன்றியது. ஊரும் பிடிக்கவில்லை. மட்டமான வாழ்வு வாழ்வதாகத் தோன்றியது. பாத்திரங்கள் கழுவுவதை நினைத்தால் பெரும் உளைச்சல் ஏற்பட்டது. பெற்றோரிடம் சென்றுவிட்டாள். திரும்பவேயில்லை. பிரவீனும் காணாமல் போனான்.

பிரவீனா, கணவனுடன் இருப்பது பிரவீனுக்கு ஆத்திரத்தைத் தந்தது. குழப்ப வேண்டும் என்று நினைத்தான். மதர்த்திருந்த அவள் உடலைப் பார்க்கும்போது அவனுக்குக் காமம்

பெருகியது. அவள் முன்னால் போய் நின்றான். "பிரவீனா, நான் பிரவீன்" என்றான். அவள் பயந்து கணவனின் கையைப் பற்றிப் பின்னால் சென்றாள். 'யார் இந்தப் பிச்சைக்காரன்' என்று முதலில் அவளுக்குத் தோன்றியது. பிறகு அவன் பிரவீன் என்பது அவளுக்குப் புலப்பட்டது. அவனை அடையாளம் கண்டதை அவள் மறைத்துக்கொண்டாள். எவனோ பிச்சைக்காரன் தன்னை நெருங்குவதாகக் கணவனிடம் கூறினாள். கணவன் பிரவீனைத் தள்ளிவிட்டான். அவன் பின்வாங்கினான். நிறுத்தியிருந்த காரை நோக்கி அவளும் அவள் கணவனும் ஓடினார்கள். அவள் திரும்பித்திரும்பிப் பார்த்து ஓடினாள். காரில் ஏறிக்கொண்டாள். கார் கிளம்பியது. கிளம்பிய காரை பிரவீன் வெறித்துப் பார்த்தான்.

காரில் பரபரப்பாக ஏறி உட்கார்ந்திருந்தார்கள். கார் சென்றுகொண்டிருந்தபோது, அவளின் கணவன் கேட்டான். "யார் அவன். உன் பெயர் அவனுக்கு எப்படித் தெரியும்."

அவள் சொன்னாள். "எனக்கு அவன் யார்னு தெரியலை. ஒரு வேளை நான் வளர்ந்த ஏரியாவைச் சேர்ந்தவனாக இருக்கலாம். பைத்தியக்காரன். நான் பயந்தே போனேன்."

06

ஊர் திரும்பி ஜோசப் பள்ளியில் ஆசிரியப் பணியில் சேர்ந்துகொண்டான். குழந்தை யேசு கருணை இல்லத்தின் வாசலில் அவன் சிசுவாக இருக்கும்போது, அங்கு வேலை பார்க்கும் தாதியினால் கண்டெடுக்கப்பட்டு பாதர் அருளானந்தம் வசம் ஒப்படைக்கப்பட்டான்.

கருணை இல்லத்தின் வாசலில் ஒரு பெண், சிசுவைக் கிடத்தும்போது தாதிப்பெண் அந்தோணியம்மாள் பார்த்தாள். சில நொடிகள்தான் பார்த்தாள். சிசுவைக் கிடத்தியவளின் வலது கண்ணுக்குக் கீழே மரு இருந்தது. இரண்டு புறங்கைகளிலும் பாம்புப் படம் பச்சை குத்தப்பட்டிருந்தது. அந்தோணியம்மாளைக் கண்டதும் ஓடிவிட்டாள்.

பாதரும் வெளியே வந்து பார்த்தார். யாரையும் காணோம். ஆண் குழந்தை. 'முறை தவறிப் பிறந்த குழந்தையாக இருக்கலாம். அல்லது ஏதோ சூழ்நிலையால் வளர்க்க முடியாமல் இருக்கலாம்' என்று அவர் நினைத்தார். குழந்தையை அந்தோணியம்மாளிடம் கொடுத்து பால் கொடுக்கச் சொன்னார். கவனித்துக்கொள்ளச் சொன்னார். ரிஜிஸ்டரில் அனாதை, பெற்றோர் பெயர் இல்லை என்று எழுதினார். பக்கத்தில் குறிப்பு எழுதினார். "வலது கண்ணுக்குக் கீழே மரு உள்ள, இரண்டு புறங்கைகளிலும் பாம்புப் படம் பச்சை குத்தியிருந்தவள் குழந்தையை விட்டுவிட்டுச் சென்றாள்."

அந்தோணியம்மாளை அழைத்தார். "இந்தக் குழந்தையை ஜோசப் என்று அழைப்போம். யாரும் கேட்டு வந்தால் என்னைப் பார்க்கச் சொல். நான் இக்குழந்தையின் பெயரை ஆண்ட்ரூஸ் ஜோசப் என்று எழுதிக்கொள்கிறேன். A. ஜோசப் என்பது அவனது ரிக்கார்டு பெயராக இருக்கட்டும். தந்தை பெயர் தெரியாது என்பதால் ORPHAN என்று போட்டுக்கொள்கிறேன்" என்றார். சற்று நேரத்தில் கருணை இல்லத்தை நிர்வகிக்கும் ஊழியர்கள் வந்தார்கள். அவர்களிடமும் பாதர் அருளானந்தர் விவரங்கள் கூறினார்.

ஜோசப் அந்தக் கருணை இல்லத்தில் வளர்ந்தான். பாதர் அருளானந்தத்தின் செல்லப் பிள்ளையாக இருந்தான். படிப்பில் கெட்டிக்காரனாக இருந்தான். பள்ளிப் படிப்பை முடித்து டீச்சர்

டிரெயினிங் படிப்பதற்கு பாதர் ஏற்பாடு செய்தார். கிறிஸ்தவப் பள்ளியிலே அவனுக்கு ஆசிரியர் வேலை கிடைத்தது. பாதர் அருளானந்தம் தற்போது உயிருடன் இல்லை. அவரைத் தெய்வமாக ஜோசப் கருதுகிறான். பல இடங்களில் விண்ணப்பம் பூர்த்தி செய்யும்போது தந்தையின் பெயர் என்று கேட்கும் இடத்தில் அனாதை என்று எழுதுவான். அப்போது அவன் கண்களில் நீர் கசியும்.

வெளியில் செல்லும்போது பெண்களின் முகத்தையும் புறங்கைகளையும் கவனிப்பான். சில பெண்களுக்கு மரு இருக்கும். ஆனால், வலது கண்ணுக்குக் கீழ் இருக்காது. மூக்கின் அருகில் இருக்கும். புறங்கைகளை கவனிப்பான். பச்சை குத்தப்பட்டிருக்காது. 'அப்படியே கண்டுபிடித்தாலும் அவர்தான் தாய் என்பது என்ன நிச்சயம். தாய் ஒருவராகவும், கொண்டுவந்து வைத்துவிட்டுச் சென்றவர் வேறு ஒருவராகவும் இருக்கலாம். ஆனால், அந்த அடையாளங்கள் உள்ளவர்களைப் பார்த்தால் எல்லாம் தெளிவாகிவிடும்' என்று ஜோசப் நினைத்துக்கொள்வான்.

மேஜையில் உள்ள அவனுடைய குறிப்பு நோட்டில் பல இடங்களில் பாம்புப் படமும் பாம்புப் படம் உள்ள புறங்கைகளும், வலது கண்ணுக்குக் கீழே மரு உள்ள பெண் முகங்களும் வரையப்பட்டிருக்கும். ஏதோ சிந்தனையில் இருக்கும்போது தன்னையறியாமல் இந்தப் படங்களை ஜோசப் வரைவான்.

அவன் கனவுகளில் பல முறை புறங்கைகளில் பாம்புப் படமும், வலது கண்ணுக்குக் கீழே மருவும் உள்ள பெண்கள் வந்திருக்கிறார்கள். ஒவ்வொரு கனவிலும் வெவ்வேறு பெண்கள். ஒரு கனவில் வந்த பெண் போல இன்னொரு கனவில் வந்த பெண் இருப்பதில்லை. லட்சணமாக அந்தப் பெண்கள் இருப்பார்கள். கனிவு கொண்ட முகம். கையில் குழந்தை. குழந்தையை அந்தப் பெண்கள் கொஞ்சுவார்கள். சில கனவுகளில் வரும் பெண்கள் குழந்தையைக் கருணை இல்ல வாசலில் வைத்துவிட்டு ஓடுவார்கள்.

சில கனவுகளில் யேசுநாதர் படம் சுவரில் மாட்டப்பட்டிருக்க, அந்தப் பெண் கைகளை நீட்டி, ஜோசப் என்று அழைப்பார். ஜோசப் விழித்துக்கொள்வான். பிறகு தூக்கம் வராது. 'நான் அனாதை' என்று சொல்லிக்கொள்வான். யேசுநாதர் படம் முன்பு மண்டியிட்டுப் பிரார்த்தனை செய்வான்.

07

சாவித்திரி சமைத்திருந்த சப்பாத்தி, குருமா சுவையாக இருந்தது. சாப்பிட்டு முடித்த ரத்தினவேல், "குருமா நல்லா இருந்தது. உமா வைக்கிற மாதிரியே இருந்தது" என்றான். இதை அவன் தன்னையறியாமல் சொல்லிவிட்டான். சேரில் உட்கார்ந்து படித்த தினசரி பேப்பரை மீண்டும் ஏதும் விடுபட்டுவிட்டதா என்று பார்த்துப் படிக்கையில்தான் தன்னையறியாமல் சொன்னது அவன் நினைவுக்கு வந்தது.

சாவித்திரி இதைக் கேட்டுத்தான் இருப்பாள். ஆனால், சலனத்தைக் காண்பிக்கவில்லை. அவன் சொன்னதற்குப்பின் காபி கொண்டுவந்து வைத்தாள். "மாதப் பலசரக்கு லிஸ்ட் கொடுக்கவா" என்று கேட்டாள். அவன் "சரி" என்று சொன்னான். சில சமயம் தன்னையும் அறியாமல் உமா பெயரைச் சொல்லிப் பின்னால் அதை உணராமல்கூட அவன் இருந்திருக்கலாம். சாவித்திரி இடையிட்டு உமா பெயரைச் சொன்னது பற்றி எதுவும் பேசமாட்டாள்.

முன்பு இருந்த சாவித்திரியின் முகம் இப்போது இல்லை. சற்று இறுக்கமாக மாறியிருப்பதை அவன் உணர்ந்துதான் இருக்கிறான்.

அவனும் உமாவும் ஒரே வங்கியில் வேலை பார்த்தார்கள். சூட்டிகையான பெண். சுறுசுறுப்பாக, சோர்வில்லாமல் வேலை பார்ப்பாள். வாடிக்கையாளர்களிடம் சிடுசிடுப்பாகப் பேசமாட்டாள். இந்தக் கிளைக்கு வந்த சில நாட்களிலேயே ஊழியர்களின் நன்மதிப்பைப் பெற்றுவிட்டாள். கஞ்சி போட்ட காட்டன் சேலையைத்தான் உடுத்துவாள். அந்த ஆடை அவளுக்கு மிடுக்கான தோற்றத்தைத் தந்தது. அருகில் சென்று பழக ஆண்களைத் தயங்க வைக்கும் தோரணை.

ரத்தினவேலின் சபல புத்தி உமாவை நோக்கி நகர்ந்தது. அவன் பார்ப்பதற்கு அழகாக இருப்பான். உமாவிற்குச் சின்னச்சின்ன உதவிகள் செய்தான். உமா நகைச்சுவையாகப் பேசக்கூடியவள். அவனும் இதழ்களில் வரும் ஜோக்குகளைப் படித்து மனப்பாடம் செய்துகொண்டான். நகைச்சுவையாகப் பேசிக்கொள்வதில் பெரிய சந்தோஷம் இருக்கும் என்பதை அறிந்துகொண்டான்.

சாவித்திரிக்கும் அவனுக்கும் ஓர் ஆண் குழந்தை இருக்கிறது. சாவித்திரி, ரத்தினவேலின் மாமா பெண். சுமாராக இருப்பாள். அவள் கருக்கொண்டபோது பெண் குழந்தை பிறந்துவிடுமோ என அஞ்சினான். ஏதோ ஒரு தலைமுறையில் பெண் குழந்தைக்குப் பாதிப்பு ஏற்படுகிறது என்பதை ரத்தினவேல் அறிந்திருந்தான். சாவித்திரி மாமாவின் மகள் என்பதால் மிகவும் பயந்திருந்தான். நெருங்கிய சொந்தத்தில் நடக்கும் திருமணங்களில் பிறக்கும் குழந்தைகளிடம் மரபுக் கோளாறு ஏற்படும் என்பது அவனுக்குத் தெரியும்.

உமா திருமணமாகி விவாகரத்து பெற்ற பெண் என்பது பின்னர் அவனுக்குத் தெரிந்தது. ரத்தினவேலுக்குத் திருமணமாகி ஒரு குழந்தைக்கும் தகப்பனாக இருப்பது அவளுக்குத் தெரிந்தது. இருவருக்குமிடையே ஏற்பட்ட ஈரப்பு இதனால் விலகவில்லை. இருவரும் தனியாகச் சில இடங்களுக்குச் சென்று வந்தார்கள். இருவரும் சிரித்துப் பேசிக்கொள்வது வங்கியில் வேலை பார்ப்பவர்களுக்கு வித்தியாசமாகத் தெரிந்தது.

உமாதான் முதலில் ரத்தினவேலிடம் கூறினாள். “நாம் இருவரும் திருமணம் செய்துகொண்டால் என்ன.”

ரத்தினவேலுக்குத் திகைப்பாக இருந்தது. என்ன பதில் சொல்வது என்று யோசித்தான். அவனுக்கு மகன், மனைவி இருக்கிறார்கள். அவன் சொன்னான். “நன்றாகத்தான் இருக்கும். எனக்கு மனைவி, குழந்தை இருப்பதை நீ அறிந்திருப்பாய். ஆனாலும், நன்றாகத்தான் இருக்கும். ஊர் வாயை நினைத்துத்தான் கவலைப்படுகிறேன்.”

“நான் விவாகரத்து ஆனவள். ஓர் ஆணுடன் வாழ்ந்தவள். எனக்கும் ஊர் வாய்தான் கவலையை ஏற்படுத்துகிறது.”

“கொஞ்ச காலத்தில் எல்லாம் சரியாகிவிடும்.”

“நானும் அப்படித்தான் நினைக்கிறேன். இப்போதெல்லாம் இந்த மாதிரி திருமணம் சகஜமாக நடக்கிறது.”

“எப்படி நடத்துவது. இதே வங்கியில் பணிபுரிய வேண்டும்.”

“நான் வேறு கிளைக்கு மாற்றல் வாங்கிக்கொள்ளலாம் என்று நினைக்கிறேன்.”

"அதுவும் நல்ல யோசனைதான். முதலில் வேறு கிளைக்கு மாற்றிக்கொள். அதற்குள் அடுத்து நடக்கவேண்டியது பற்றி யோசித்து முடிவு செய்வோம்."

உமா வேறு கிளைக்கு மாற்றலாகிவிட்டாள். வங்கியில் விஷயம் தெரிந்துவிட்டது. சாவித்திரிக்கும் விஷயம் தெரிந்துதான் இருந்தது. தலைவிதி என்று நினைத்துக்கொள்வதைத் தவிர வேறு ஏதும் செய்ய சாவித்திரியினால் இயலவில்லை. 'குழந்தை இருக்கிறது. தனி வருமானம் ஏதும் இல்லை. ரத்தினவேலை நம்பித்தான் வாழ்க்கையைக் கழிக்க வேண்டும்' என்று நினைத்துக்கொண்டாள்.

ரத்தினவேல் தனியே வீடு எடுத்தான். வீட்டிற்குத் தேவையான பொருட்களை இருவரும் சேர்ந்து வாங்கி வைத்தார்கள். குறைந்த நண்பர்களுடன் ஒரு கோயிலில் திருமணத்தை நடத்த முடிவு செய்தார்கள். மனைவி இருக்கும்போது நடந்த திருமணம் என்பதால் எங்கும் பதிய இயலவில்லை. உமாவின் அண்ணனுடன் இருக்கும் உமாவின் தாயார் சில நாட்கள் உமாவுடன் இருப்பது என்று ஏற்பாடு செய்திருந்தார்கள். திருமணம் நடந்தது.

08

திருமணம் முடிந்துவிட்டதை சாவித்திரி அறிந்தாள். அவள் பூஜையறைக்குச் சென்று அழுதாள். குழந்தையையும் தன்னையும் கணவன் கைவிட்டுவிடக் கூடாது என்பதே அவள் பிரார்த்தனையாக இருந்தது.

நான்கு நாட்கள் ரத்தினவேல் வீட்டிற்கு வரவில்லை. அங்கேயே இருந்துவிடுவானோ என்ற பயம் சாவித்திரிக்கு ஏற்பட்டது. ஐந்தாம் நாள் ரத்தினவேல் வீட்டிற்கு வந்தான். சாவித்திரி, அவனுடைய திருமணத்தைப் பற்றி எதுவும் கேட்கவில்லை. அன்று ஞாயிற்றுக்கிழமை. காலையில் வந்திருந்தான். "டிபன் தயார் பண்ணவா" என்று கேட்டாள். அவன் தலையாட்டினான்.

"குழந்தை எங்கே" என்றான். அவள் உள்ளறையில் இருந்த குழந்தையைத் தூக்கி வந்து அவனிடம் விட்டாள். சமையலறைக்குச் சென்றாள். என்ன டிபன் செய்வது என்று யோசித்தாள். முந்திரிப் பருப்பு, கிஸ்மிஸ், மிளகு போட்டு வெண் பொங்கல், சாம்பார், கேசரி தயார் செய்ய நினைத்தாள்.

சிறிது நேரத்திலேயே நினைத்தபடி டிபன் செய்துவிட்டாள். அவன் குழந்தையுடன் விளையாடிக்கொண்டிருந்தான். சாவித்திரி அவனை "சாப்பிட வாங்க" என்று அழைத்தாள். நான்கு நாட்கள் ஏன் வரவில்லை என்று கேட்கக் கூடாது என்ற வைராக்கியத்துடன் இருந்தாள்.

அவன் டைனிங் டேபிளுக்கு வந்தான். வெண் பொங்கலில் ஆவி வந்தது. கேசரியைப் பார்த்தான். "என் கூட வேலை பார்க்கிற உமாவைக் கல்யாணம் செஞ்சுக்கிட்டேன். விவாகரத்தானவள். குழந்தை இல்லை. ரெண்டு மனமும் ஒத்துப் போச்சு. நீயும் குழந்தையும் எனக்கு முக்கியம். சில நாட்கள் அங்கே இருப்பேன். நாம் இதைப் பத்திப் பேச வேண்டாம். என்னை மன்னிச்சுரு. ஏதோ நடந்துருச்சு. மனசுலே எதுவும் வைச்சுக்காதே. எப்பவும் போல இரு" என்றான் ரத்தினவேல்.

சாவித்திரிக்கு அழுகை பொங்கியது. அழுதுவிட்டாள். அவன் அவளை அணைத்துக் கண்ணீரைத் துடைத்தான். அவனிடமிருந்து அவள் விடுபட்டு பூஜையறைக்குச் சென்று

விபூதி பூசிக்கொண்டு வெளியே வந்தாள். அவனுக்குப் பொங்கல் பரிமாறினாள்.

"எவ்வளவு முந்திரிப் பருப்பு கிஸ்மிஸ் பழம் கிடக்கு. இந்த மாதிரி பொங்கல் நான் சாப்பிட்டதில்லை" என்றான். அவள் சிரித்தாள். சமரசமாகிவிட்டதாக ரத்தினவேல் நினைத்தான். நன்றாக ருசித்துச் சாப்பிட்டான். அதைத் திருப்தியுடன் சாவித்திரி பார்த்துக்கொண்டிருந்தாள்.

மதியம் கறிச்சாப்பாடு தயார் செய்தாள். குழி ஆம்லெட்டும் போட்டு வைத்தாள். சாயந்திரம் அல்வா, காரப்பூந்தி வைத்தாள். அருமையான ருசி கொண்ட காபியை அவன் குடித்தான். இரவில் தேங்காய்ச் சட்டினி, மதியம் செய்த கறிக்குழம்புடன் இட்டிலி சாப்பிட்டான். இந்த உபசாரத்தில் அவன் மகிழ்ந்தான். சாவித்திரிக்கு இந்த உபாயம் தவிர வேறு தெரியாது.

அவன் இரவில் தங்கினான். சாவித்திரி கலவியில் முனைப்புடன் இருப்பதைப் பார்த்து ரத்தினவேல் ஆச்சரியமடைந்தான். அவள் இந்த உபாயத்தையும் அறிந்தாள்.

09

சிதம்பரம் பிள்ளை காலை சீக்கிரமாக எழுந்து குளித்து நெற்றியில் விபூதி பூசி ராமநாதசுவாமியையும், பர்வதவர்த்தினி அம்மனையும் வழிபட்டு வீட்டிற்கு வந்து டிபன் சாப்பிட்டு, அன்றைய தினசரிப் பத்திரிகையைப் படித்துக்கொண்டிருந்தார்.

வியாபாரத்தை முழுமையாக மகன்களிடம் விட்ட பிறகு சரிவு ஏற்பட்டதாக உணர்ந்தார். மீன்கள் கொள்முதலில் சாயபுகளிடம் போட்டி போட முடியவில்லை. மீனவர்களின் இளைய தலைமுறை தொழிலுக்கு வந்துவிட்டார்கள். அதிக விலைக்கு எடுக்கும் புதிய தலைமுறையை நாடி அவர்கள் சென்றார்கள். 'நான் நேரடியாகத் தொழிலைப் பார்த்தாலும் இந்த நிலைதான் ஏற்படும். கால மாற்றம். எல்லா இடத்திலும் புதிய ஆட்கள் தொழிலுக்கு வருகிறார்கள்' என்று நினைத்துக்கொண்டார்.

தேங்காய்த் தொழிலும் முன்புபோல இல்லை. தென்னை மரங்களின் காய்ப்பும் குறைந்துவிட்டது. அதிகரிக்க முடியவில்லை. மொத்தக் கொள்முதல்காரர் கேட்கும் விலைக்குக் கொடுக்க வேண்டியிருக்கிறது. யாத்ரீகர்கள் தங்கும் ஹோட்டல்களும் வந்துவிட்டன. வீடுகளில் தங்க யாத்ரீகர்கள் விருப்பப்படுவதில்லை.

பலவாறாக யோசித்துக்கொண்டே தினசரியைப் படித்துக்கொண்டிருந்தார் சிதம்பரம் பிள்ளை. மனைவி பார்வதி இறந்து இரண்டு ஆண்டுகளுக்கு மேல் ஆகிறது. மூத்த மருமகள் செல்வலட்சுமி அவரைக் குறைவில்லாமல் கவனித்துக்கொண்டாள். அவர் அறையைச் சுத்தமாக வைத்திருப்பாள். அணிந்த துணிகளை அகற்றி சலவைக்காரியிடம் கொடுத்து சலவை செய்து வைத்துவிடுவாள். நேரத்துக்குச் சாப்பாடு, காபி தருவாள். மனைவி கூட செல்வலட்சுமி அளவுக்கு அவரைக் கவனித்தது இல்லை. நிம்மதியாக இருக்கிறார். உடலுக்கும் பெரிய நோவு இல்லை. நீரிழிவு மட்டும் சிறிதளவு இருக்கிறது. மாத்திரை எடுத்துக்கொள்கிறார். அவருடைய கவலையெல்லாம் ரோகிணியைப் பற்றியதாகவே இருந்தது. எங்கு இருக்கிறாள் என்று அவரால் அறியமுடியவில்லை. பக்கத்து ஊர்களில் எல்லாம் விசாரித்துவிட்டார். கண்டால்

தகவல் சொல்லுமாறு கூறியிருக்கிறார். அந்தக் கவலையிலேயே மனைவி பார்வதி இறந்துவிட்டாள்.

மகன்களுக்குத் திருமணமாகிவிட்டது. அவர்கள் குடும்பத்தைக் கவனிக்கிறார்கள். தொழிலைக் கவனிக்கிறார்கள். ரோகிணிதான் கடைசியாகப் பிறந்தாள். மூர்க்கமாக இருந்த பெண்ணை சாந்தப்படுத்த, புரோகிதர், மந்திரவாதி என்று பலரையும் அணுகி அவர்கள் சொன்னதைக் கேட்டார். மூர்க்கம் அதிகரித்ததே தவிர குறையவில்லை. ஒருநாள் காணாமல் போனாள்.

ரத்தினவேல் சொந்த ஊரைப் பார்க்கும் எண்ணத்திலும் உற்றார் உறவினரைப் பார்க்கும் ஆவலிலும் ஊருக்கு வந்து வெளியில் ஹோட்டலில் தங்கினான். தெருவுக்குள் வந்தபோது தெருவே மாறியிருப்பதைக் கண்டான். ஓட்டு வீடுகள் காரை வீடுகளாக மாறியிருந்தன. மண் சாலை மாறி தார்ச்சாலை போடப்பட்டிருந்தது. கோமுட்டி பலசரக்குக் கடை இருந்தது. பழைய கோமுட்டி இல்லை. தற்போது கடையில் இருப்பவர் அவருடைய மகனாகவோ, வேறு யாரோவாகவோ இருக்கலாம். சிதம்பரம் பிள்ளையின் வீட்டை அடைவதற்கு முன் நான்கு வீடுகளுக்குள் நுழைந்து அவர்களின் உபசரிப்பை ஏற்று வரவேண்டியிருந்தது.

சிதம்பரம் பிள்ளை முதுகு வலிக்கிறதென்று சற்று நேரம் படுக்கையில் படுத்தார். பின் நிலைகொள்ளாமல் எழுந்து வந்து திண்ணையில் உட்கார்ந்தார். அவர் உட்காரவும் ரத்தினவேல் வரவும் சரியாக இருந்தது. "ரத்தினவேல்தானே... ஊரையே மறந்து போயிட்டியா. திடீர்னு ஊருக்கு வந்திருக்க" என்றார். வீட்டின் உட்புறம் பார்த்து, "லட்சுமி இங்கே வா" என்றார். செல்வலட்சுமி வந்தாள். "இவ என் மூத்த மருமகள். இவதான் என் மகள் மாதிரி என்னைக் கவனிச்சுக்கிறா. இவரு நம்ம சொந்தக்காரர். மதுரையிலே பேங்குலே வேலை பாக்கறார். இவங்க தாத்தா காலத்துலேயே ஊரை விட்டுப் போயிட்டாங்க. பிறகு அப்பப்ப வந்தாங்க. ஒரு கட்டத்துலே நின்னு போச்சு" என்றார்.

ரத்தினவேலுக்குச் செல்வலட்சுமி வணக்கம் சொன்னாள். "காபி சாப்பிடுங்க" என்றாள். "இந்த இடத்துக்கு வர்றதுக்குள்ளே ரெண்டு வீட்லே காபி சாப்பிட்டுட்டேன். வேண்டாம். ரொம்ப நன்றி" என்றான் ரத்தினவேல். அவள் உள்ளே சென்றுவிட்டாள்.

சிதம்பரம் பிள்ளையும் ரத்தினவேலும் பரஸ்பரம் நலம் விசாரித்துக்கொண்டார்கள். சற்று நேரம் மௌனம் நிலவியது.

"உங்கூட வேலை பாக்கற பெண்ணோட தனியா குடித்தனம் நடத்தறதா கேள்விப்பட்டேன். பெண்டாட்டி பிள்ளையைக் கைவிட்ராதே. அது பெரிய பாவம். அந்தப் பொண்ணு நம்ம ஆட்களா."

"பெண்டாட்டி பிள்ளையை நல்லா கவனிச்சுக்குவேன். அந்தப் பொண்ணு நம்ம ஆட்கள்தான்" என்றான் ரத்தினவேல்.

ரோகிணியைப் பற்றி ரத்தினவேல் விசாரித்தான். சிதம்பரம் பிள்ளை கண்களில் நீர் வழிந்தது. பின் அழலானார். ரத்தினவேல் சமாதானப்படுத்தினான். "அழாதிங்க சித்தப்பா. நம்ம கையிலே என்ன இருக்கு" என்றான்.

"எங்கேயிருக்கான்னு தெரியலை. இருக்காளா, என்ன நிலையிலே இருக்கா. செத்துப் போயிட்டாளா. ஒண்ணும் தெரியலை."

ரத்தினவேலுக்குச் சொல்லிவிட வேண்டும் என்று தோன்றியது. "நான் பாத்தேன் சித்தப்பா. கங்கைக்கரையிலே, சுருட்டுப் பிடிச்சுக்கிட்டு அலைஞ்சதைப் பாத்தேன்."

அவர் மீண்டும் வாய்விட்டு அழுதார். உள்ளேயிருந்து செல்வலட்சுமி வந்தாள். ரத்தினவேலைப் பார்த்து, "ரோகிணியைப் பத்திப் பேசுனீங்களா. அதைப் பத்திப் பேசினா மாமா இப்படி ஆயிடறார். அதைப் பத்திப் பேசாதீங்க. மாமா கண்ணைத் துடைச்சுக்குங்க" என்று சொல்லி துண்டை எடுத்துக் கொடுத்தாள்.

அவள் சென்றபின், சிதம்பரம் பிள்ளை, "ரோகிணியைப் பாத்ததை வேற யார்ட்டையும் சொன்னியா" என்று கேட்டார்.

"இல்லை. சத்தியமா சொல்லலை."

"யார்ட்டேயும் சொல்லாதே. தெருக்காரங்ககிட்டேயும், எங்க வீட்டு ஆட்கள் கிட்டேயும் சொல்லிராதே. அது காணாமல் போனதாகவே இருக்கட்டும்."

"சரி, சித்தப்பா."

"ஆமாம். குழப்பம் வந்துரும். எனக்குச் சாவும் வரமாட்டேங்குது. திருவேங்கடம் பிள்ளை செய்த பாவம் பழிவாங்குது" என்றார்.

"எவ்வளவோ பேர் எவ்வளவோ பாவம் பண்ணிட்டு சுகமா இருக்காங்க. ஏதோ பரம்பரையா நடக்குது. நமக்குக் காரணம் தெரியலை" என்றான் ரத்தினவேல்.

"எல்லாம் அமானுஷ்யம். நமக்குக் காரணம் தெரியாது. எல்லாம் அமானுஷ்யம்" என்றார்.

"நான் இப்படிப் பேசறேன். எனக்கும் பயம் இருக்கு. முதல் பெண்டாட்டிக்கு ஆண் குழந்தை. ரெண்டாவது பெண்டாட்டி மாசமா இருக்கா. பெண் குழந்தை பிறந்திருமோன்னு பயப்படறேன்" என்றான்.

"உனக்கு ஒண்ணும் ஆகாது. எனக்குத்தான் கெரகம் சரியில்லை. சுருட்டுப் பிடிச்சுக்கிட்டு, பிச்சை எடுத்து அலையறாளா. நான் என்னத்துக்கு உயிரோட இருக்கணும்" என்று சொல்னார்.

அடுத்தநாள் அறையைக் காலி செய்துவிட்டு பெட்டியுடன் ஹோட்டல் வாசலில் நிற்கும்போது சுந்தரம் பிள்ளை வேகமாக நடந்து வருவதைப் பார்த்தான். இவனருகே வந்ததும், "ரத்தினவேலு, உனக்குத் தெரியாதா. சிதம்பரம் பிள்ளை நாண்டுக்கிட்டுச் செத்துப் போயிட்டார்" என்றார்.

10

ரோஸி புறங்கைகளை ஜோசப்பின் டேபிளில் வைத்திருந்தாள். ஜோசப் அவற்றையே பார்த்துக்கொண்டிருந்தான். ஒரு கையில் வாட்ச். இன்னொரு கையில் மூன்று தங்க வளையல்கள். வலதுகை மோதிர விரலில் ஒரு மோதிரம், இடது கை மோதிர விரலில் ஒரு மோதிரம் அணிந்திருந்தாள். கைகளைப் பார்க்கும் பழக்கம் அவனுக்கு ஏற்பட்டுவிட்டது.

ரோஸி கணக்கு டீச்சர். ஜோசப்பிற்கு படிக்கும்போது கணக்குப் பாடம் கடினமாக இருந்தது. கணக்குப் பாடங்களைச் சுலபமாகப் புரிந்துகொள்பவர்களைப் பார்த்தால் அவனுக்கு ஆச்சரியமாக இருக்கும். அவர்களைப் பெரும் திறன் உள்ளவர்களாக மதித்திருந்தான். ரோஸி மேல் அவனுக்கு மரியாதையும் பிரியமும் இருந்தது. ரோஸி தன்னைப் பற்றி என்ன நினைக்கிறாள் என்று யோசித்துப் பார்த்தான். ஒன்றும் பிடிபடவில்லை.

பெயர் காரணமாக இருக்கலாம். ரோஸி அடிக்கடி ரோஸ் கலர் சேலை, ரவிக்கை அணிவாள். அவளின் வலது தாடையில் ஒரு மச்சம் உள்ளது. உதடுகளுக்கு ரோஸ் நிறத்தில் லிப்ஸ்டிக் போட்டிருப்பாள். நிறமும் ஓரளவுக்கு ரோஸ் நிறம். ரோஸ் நிறங்களை அணிவதால் அவளின் ரோஸ் நிறம் தூக்கலாகத் தெரியும்.

ஜோசப்பிற்கு அவள் கைகளை எடுத்துக் கண்களில் ஒற்றிக்கொள்ளலாம் என்று தோன்றியது. ஒரு கணம்தான். ஏதோ தூண்டுதலில் அவள் கைகளைப் பற்றி அழுத்தினான். அவள் இதை எதிர்பார்க்கவில்லை. கைகளை விடுவித்துக்கொண்டவள் அந்த இடத்திலிருந்து அகன்றுவிட்டாள். ஜோசப்பிற்குத் தவறு செய்துவிட்டோமோ என்ற எண்ணம் ஏற்பட்டது.

அவன் அனாதை. உறவு என்று சொல்லிக்கொள்ள எவருமில்லை. அவன் நடந்துகொண்டதைப் பலரிடம் சொல்லி அவள் தன்னுடைய பெயரைக் கெடுத்துவிடுவாளோ என்று தோன்றியதும் அவனுக்குப் பயம் ஏற்பட்டது. தலைமை ஆசிரியர், கல்வித்துறை விசாரணை என்று ஆகிவிட்டால் என்ன செய்வது என்ற கற்பனை ஏற்பட்டது. ஏதோ ஒரு கணத்தில்

மனத்தில் ஏற்பட்ட தூண்டுதலால் நடந்துவிட்டது. அவளிடம் மன்னிப்புக் கேட்டால் சரியாகிவிடும் என்று நினைத்தான்.

அவள் இருக்கும் அறையை நோக்கிச் சென்றான். சக ஆசிரியைகளும் உடன் இருந்ததால் அவளின் முதுகுப்புறம்தான் அவனுக்குத் தெரிந்தது. அவள் பார்க்கவில்லை. தற்செயலாக அந்த அறையைக் கடப்பது போல கடந்தான்.

அடுத்த நாள் பள்ளி வராந்தாவில் இருவரும் சந்தித்துக்கொண்டார்கள். “டீச்சர் நான் தப்பு பண்ணிட்டேன். என்னை மன்னிச்சுருங்க” என்றான். அவள் பதில் சொல்லவில்லை. அவனைப் பார்த்துவிட்டுச் சென்றாள். ஜோசப்பிற்குக் குழப்பம் ஏற்பட்டது. ‘பள்ளியில் யாரிடமும் தன் செய்கையைச் சொன்னதாகத் தெரியவில்லை. அதற்கான அறிகுறியும் இல்லை. அவள் மனதில் என்ன நினைக்கிறாள் என்று தெரியவில்லை. இன்னொரு முறை சந்திக்கும்போது மீண்டும் மன்னிப்புக் கேட்க வேண்டும் என்று நினைத்தான்.

மூன்று நாட்கள் கழித்து இருவரும் சந்திக்கும் வாய்ப்பு அமைந்தது. அவள் சிரித்துக்கொண்டே சென்றாள். இப்போது அவனுக்குக் குழப்பம் ஏற்பட்டது. மன்னிப்புக் கேட்பதா அல்லது காதலிக்கிறேன் என்று சொல்வதா என்று குழம்பினான். தான் அவளையே நினைத்துக்கொண்டிருப்பதாக உணர்ந்தான். ஒரு கடிதம் எழுதிக் கொடுக்கலாமா என்று நினைத்தான். அவள் விரும்பாவிட்டால் எழுத்துபூர்வமாக தான் மாட்டிக்கொள்ள நேரிடும் என்று யோசித்தான்.

சில நாட்கள் கழித்து தலைமை ஆசிரியர் ஜோசப்பை அவர் அறைக்கு வரச் சொன்னார். பயந்துகொண்டே சென்றான். ரோஸியும் அங்கிருந்தாள். அவனுக்குப் பதற்றம் ஏற்பட்டு வியர்த்துவிட்டது. தலைமை ஆசிரியர் இருவரையும் உட்காரச் சொன்னார். இருவரும் உட்கார்ந்தார்கள். பள்ளியில் நடைபெற உள்ள ஒரு நிகழ்ச்சியை ஒருங்கிணைக்கும் பொறுப்பை இருவருக்கும் கொடுப்பதாகக் கூறினார். அந்நிகழ்ச்சி பற்றியும் இருவரும் செய்யவேண்டிய வேலைகள் பற்றியும் விவரித்தார். இருவரும் கேட்டுக்கொண்டார்கள்.

இருவரும் வெளியே வரும்போது, இதுதான் சமயம் என்று ஜோசப், “அன்னைக்கு ஏதோ தடுமாற்றம். கெட்ட தூண்டுதல். நீங்க தப்பா நெனைக்காதீங்க” என்றான்.

ரோஸி அவனை நேருக்குநேராகப் பார்த்தாள். "ஏன் இவ்வளவு பதட்டமா இருக்கீங்க. நல்ல தூண்டுதல்னு நெனைச்சுக்கோங்க" என்றாள் சிரித்துக்கொண்டே.

ஜோசப்பிற்கு ஏதோ பாரம் விலகியது போலிருந்தது. "எனக்கு குடும்பம், சொந்தக்காரங்கன்னு யாருமில்லை" என்றான்.

"தெரியும். அதுக்காகக் கவலைப்படாதிங்க. இப்ப நீங்களே எல்லாத்திலேயும் சுதந்திரமா முடிவு எடுக்கிற வசதி உங்களுக்கு இருக்கே" என்றாள்.

இருவரும் சிரித்துக்கொண்டார்கள். "நீங்க குழப்பிக்கிறாதிங்க. 'வி லவ் ஈச் அதர்'" என்றாள்.

11

ஜோசப்பும் ரோஸியும் தனித்து இருந்தார்கள்.

“நீங்கள் ஏன் புறங்கைகளையே பார்த்துக்கொண்டிருக்கிறீர்கள்” என்றாள் ரோஸி.

“அதில் என் வாழ்க்கையே இருக்கிறது. நான் குழந்தை யேசு கருணை இல்லத்தில் வாசலில் விடப்பட்டு வளர்ந்தவன் என்று உனக்குத் தெரியும். கருணை இல்லத்தின் வாசலில் என்னைப் போட்டுவிட்டுச் சென்றுவிட்டவரின் புறங்கைகளில் பாம்பு படம் வரையப்பட்டிருந்தது. வலது கண்ணுக்குக் கீழே மரு இருந்தது. அந்தப் பெண் என் தாயாக இருக்கலாம். அவுங்களைத் தேடிக்கொண்டிருக்கேன். முகங்களிலும் புறங்கைகளிலும் என் கண்கள் அந்த அடையாளத்தை என்னையறியாமல் தேடிக்கொண்டேயிருக்கு. முகங்களைப் பார்ப்பதில் உள்ள சங்கடம் காரணமாக புறங்கைகளைப் பார்க்கிறேன் என்று நினைக்கிறேன்” என்றான் ஜோசப்.

அவள் கலவரமடைந்தவள் போல் மாறினாள். முகம் மாறியது. “இன்னொரு தடவை அந்த அடையாளங்களைச் சொல்லுங்கள்” என்றாள். அவன் சொன்னான்.

“எனக்கு அத்தை முறை வேணும். பேரு கரோலின். நர்சிங் படிச்சு, நர்சா இருந்தாங்க. அப்பா, அம்மா இறந்துட்டாங்க. தனியா இருந்தாங்க. இப்ப திருநெல்வேலியிலே ஒரு சபையிலே கன்னியாஸ்திரியா இருக்காங்க. அவுங்க புறங்கையிலே நான் பாம்புப் படத்தைப் பாத்துருக்கேன். அவுங்களுக்கு வலது கண்ணுக்குக் கீழே மருவும் இருக்கு.”

ஜோசப்பிற்குப் படபடப்பு ஏற்பட்டது. உடல் நடுக்கம் கண்டது. “சரியான தகவல்தானா” என்றான்.

“ஆமாம். சரியான தகவல்தான்” என்றாள் ரோஸி.

அவனுக்கு மயக்கம் வருவது போலிருந்தது. ரோஸி தண்ணீர் கொண்டுவந்து கொடுத்தாள். “ஜோசப் பதட்டப்படாதிங்க. நாம என்ன செய்யறதுன்னு பேசுவோம்.”

ஜோசப்பிற்குக் கண்ணில் நீர் வந்தது. ரோஸி அவனை சமாதானப்படுத்தினாள். அவன் கண்ணீரை கர்சிப் கொண்டு துடைத்தாள். ஒருவாறு அவன் சமநிலை அடைந்தான். "அவுங்களை நாம பாக்கலாமா. என்ன செய்யலாம். நான் யார். என் தந்தை யார். அவுங்க புறங்கையிலே பாம்புப் படம் எப்படி வந்தது. அவுங்க இந்துவா இருந்து மதம் மாறினவங்களா" என்றான்.

"அவுங்களைப் பார்ப்பதை நாம யோசிப்போம். உங்களை வெளிக்காட்டிக்கொள்ளலாமா வேண்டாமான்னு யோசிக்கணும். அவுங்க உங்க அம்மாவா இருந்தால், குற்றவுணர்வில் இருக்கலாம். அவுங்க கிறிஸ்தவங்கதான். பள்ளியிலே படிக்கும்போது, ஒரு குறத்தி அவுங்க புறங்கையிலே பாம்புப் படத்தை பச்சை குத்தியிருக்கா. அவுங்களும் விவரம் தெரியாம ஒத்துக்கிட்டாங்க. பின்னாடி, அவுங்க அப்பா அவுங்களை கடுமையா கோவிச்சு அடிச்சதா என் அப்பா சொல்லியிருக்காரு. நீங்க குழந்தையா இருக்கும்போது வேறு யாரோ கொடுத்து, அவுங்க கொண்டுவந்து போட்டும் இருக்கலாம்ல. அவுங்களைப் பார்த்தாத்தான் தெளிவு கிடைக்கும். உண்மையைச் சொல்லுவாங்களான்னும் தெரியலை."

"ஆமா. அப்படியும் நடந்திருக்கலாம். நாம என்ன செய்யறது. அவுங்க கன்னியாஸ்திரியா இருக்காங்கன்னு வேற சொல்றீங்க. அவுங்களைப் பாக்கறது, விவரம் தெரிஞ்சுக்கறது, இதெல்லாம் நடக்குமான்னு தெரியலை."

"ஆமா. யோசிப்போம். நான் என் அப்பா கிட்டே அவுங்க இருக்கற. இடம் பத்தி விவரம் தெரியுமான்னு கேக்கறேன். அப்புறம் முடிவு பண்ணுவோம்."

ஜோசப் அறிவாளி. ஆனால் அவனுக்குப் பிறப்பு சார்ந்து பலவீனமான மனம் உண்டு. இப்போது, வெகு காலமாகத் தேடிக்கொண்டிருந்த விஷயம் நெருக்கத்தில் வந்துவிட்டது தொடர்பாக ஏனோ பயம் ஏற்பட்டது.

பச்சைக் குத்தப்பட்ட பாம்புப் படங்கள் உயிர் பெற்று வருவது போலத் தோன்றியது. கை நடுக்கம் கண்டது. "ஜோசப் நீங்கள் பதட்டத்தில் இருக்கிறீர்கள். ஓய்வெடுங்கள். ஏதும் தாறுமாறாக யோசிக்காதீர்கள். தூக்க மாத்திரை இருந்தால், போட்டுத் தூங்குங்கள்" என்றாள் ரோஸி.

தூக்கந்தான் வேண்டும். சில நாட்களுக்கு முன், ஜலதோஷம், சளி, உடம்பு வலி, லேசான காய்ச்சலுக்கு மருத்துவரிடம் சென்றபோது அவர் கொடுத்த தூக்க மாத்திரை இருக்கிறது. ஒரு மாத்திரையைப் போட்டுக்கொள்ள வேண்டியதுதான் என்று ஜோசப் நினைத்தான். தூக்கத்தில் பாம்பு வரக்கூடாது என்று மனசுக்குள் பிரார்த்தித்துக்கொண்டான்.

"ரோஸி நீ என்னுடன் இருப்பது என் அதிர்ஷ்டம். என் நிலையைப் பார்த்து என்னை விட்டுச் சென்றுவிடாதே. இந்த நிலையில், இந்த சூழ்நிலையில் நீதான் எனக்குத் தீர்வு தருவாய் என நம்புகிறேன். நான் குழப்பத்தில் இருக்கிறேன். ஒரு கட்டம் வரையிலும் நாம் ஒதுங்கியே இருப்போம். கரோலின் அம்மா சம்பந்தப்பட்ட விஷயங்களை நாம் எவ்வாறு அணுகப்போகிறோம் என்பதுதான் என் கவலை."

"எனக்கும் இதில் தீர்வு கிடைக்கும். நீங்கள் ஆர்பன் என்பது மாறும்."

"அதுவும் உறுதியில்லை. கரோலின் அம்மா, இன்னொரு பெண்ணின் குழந்தையைக் கொண்டுவந்து வாசலில் போட்டிருக்கலாம் என்று தோன்றிக்கொண்டே இருக்கிறது. நான் முறை தவறிப் பிறந்தவனாகவும் இருக்கலாம். அப்போது என் பிரச்சினை தீராது. அடுத்த பயணத்தைத் தொடங்க வேண்டும்."

"இல்லை. நான் அப்படி நெனைக்கவில்லை. கரோலின் அத்தைதான் உங்கள் தாய் என்று நான் நெனைக்கிறேன். தந்தை யார் என்பது சம்பந்தமான முடிச்சைத்தான் நாம் அவிழ்க்க வேண்டியிருக்கும் என்று நெனைக்கிறேன்."

"ரோஸி எனக்கு இப்போது தலைவலிக்கிறது. எனக்கு உதவியாய் என்னுடன் இருந்து வழிகாட்டு. யேசுவைப் பிரார்த்தித்துக்கொள்" என்றான் ஜோசப். அவன் குழப்பத்திலும் பதட்டத்திலும் பாதிப்படைந்திருந்தான்.

12

ரோஸிக்குத் தன் தந்தையிடம் திடீரென்று எப்படி கரோலின் அத்தையைப் பற்றி விசாரிப்பது என்று தோன்றியது. காரணம் கேட்டால் ஜோசப்பின் கதையைச் சொல்ல வேண்டியிருக்கும். மேலும் கரோலின் அத்தை மேலே கெட்ட எண்ணம் உருவாகும்.

அப்பா விக்டர் காண்டிராக்டர். எப்போதும் பிஸியாக இருப்பவர். அம்மா அனிதா வீட்டைக் கவனித்துக்கொண்டிருக்கிறாள். அவளுக்குக் கரோலின் அத்தை பற்றிச் சரியாகத் தெரியாது. அப்பாவிற்குத்தான் சொந்தம். அம்மா அவரைத் தெரிந்திருப்பாள். ஆனால், விவரங்கள் தெரிய வாய்ப்பில்லை.

ஜோசப்பின் பிறப்பு இவ்வளவு சிக்கலாக இருப்பது அவருடனான தன் திருமணத்திற்கு நிறையப் பிரச்சினைகளை உருவாக்கும் என்று நினைத்தாள். 'ஜோசப் நல்லவர். வாழ்க்கை முழுவதும் தன் பிறப்பு பற்றி மன உளைச்சல் கொண்டவர். படிப்பாளி. அறிவாகப் பேசக்கூடியவர். பாம்புப் படம் கொண்ட புறங்கைகளையும் மருவையும் கொண்ட கரோலின் அத்தையைப் பற்றி ஜோசப்பிடம் கூறாமல் இருந்திருக்கலாம்' என்று அவளுக்குத் தோன்றியது. இவ்வளவு குழப்பம் ஏற்படும் என்று அப்போது யோசிக்கவில்லை. மேலும் மறைப்பது சரியுமில்லை.

விக்டர் ஓய்வாக இருக்கும்போது ரோஸி அணுகினாள்.

"அப்பா எங்க ஸ்கூல்லே சுகாதாரம், நோய் விழிப்புணர்வு சம்பந்தமா ஒரு நிகழ்ச்சி நடத்தறதா பிளான் இருக்கு. நீங்க கரோலின் அத்தையைப் பத்தி சொல்லியிருக்கிங்க. சபையிலே கன்னியாஸ்திரியா இருக்காங்க, நர்சிங் படிச்சவங்க, சபையோட ஆஸ்பத்திரியிலே நிர்வாகியா இருக்கறதா சொல்லியிருக்கிங்க. சாமுவேல் கல்யாணத்துக்கு அவுங்க வந்திருந்தாங்க. நீங்க காண்பிச்சிங்க. புறங்கையிலே பாம்புப் படம் பச்சை குத்தியிருந்தாங்க. நான் அதைப் பத்திக் கேட்டேன். நீங்க காரணம் சொன்னீங்க. அவுங்களை நான் பாக்கணும். எங்கேயிருக்காங்கன்னு சொன்னீங்கன்னா எங்க ஸ்கூல் சார்பிலே போயி பாக்கறோம்."

"இதுக்கு எதுக்கு அவுங்க. நம்ம டாக்டர் ரவிச்சந்திரன் தெரியுமில்ல. அவரைக் கூப்பிடலாம். குழந்தைகள் நல வைத்தியர். நல்லா தமாஷா பேசுவாரு. அவரைக் கேக்க வேண்டியதுதானே."

"இல்லேப்பா, சபையிலே இருந்து வந்தாங்கன்னா நல்லா இருக்கும்."

"அவுங்க முன்னாடி ஆரல்வாய்மொழியிலுள்ள ஆஸ்பத்திரியிலே இருந்தாங்க. இப்போ பாளையங்கோட்டை மிஷனரி ஆஸ்பத்திரியிலே இருக்கறதா சொன்னாங்க. போய்ப் பாருங்க. அவுங்க இந்த மாதிரி நிகழ்ச்சியிலேயெல்லாம் கலந்துக்க மாட்டாங்கன்னு நெனைக்கறேன். ஆஸ்பத்திரி இருக்கற இடம் தெரியும்லே."

"தெரியும். நான் பாக்கறேன். உங்க பேரைச் சொல்லிக்கறேன்."

"சரி." விக்டர் கிளம்பிவிட்டார். அவருக்கு எவ்வளவோ வேலைகள்.

'கரோலின் அத்தையைப் பார்க்கப் போகும்போது ஜோசப் உணர்ச்சிவசப்படாமல் இருக்க வேண்டும். அவர் இப்போது கன்னியாஸ்திரியாக இருக்கிறார். அவரிடம் எப்படி இந்த சப்ஜெக்டைப் பத்திப் பேசறது. அவர்தான் ஜோசப்பிற்குத் தாயாராக இருக்க வேண்டும். அப்படியானால் முறை தவறிப் பிறந்தவராக ஜோசப் இருக்க வேண்டும். இதைப் பற்றியெல்லாம் பேச கரோலின் அத்தை விரும்புவாரா" என்றெல்லாம் ரோஸி யோசித்தாள்.

கரோலின் அத்தையைப் பார்க்காமல் இருந்துவிடுவது பற்றி ஜோசப்பிடம் பேசினால் என்ன என்றும் யோசித்தாள். இந்தப் பிரச்சினையைக் கையாள்வது சிரமமான வேலையாக ரோஸிக்குத் தோன்றியது.

அடுத்த நாள் ஜோசப்பைப் பார்த்தபோது, "கரோலின் அத்தையைப் பார்க்காமல் இருந்துவிட்டால் என்ன" என்று கேட்டாள். அவன் இதை எதிர்பார்க்கவில்லை.

"இல்லை. பாத்துவிடுவோம்" என்றான்.

"அவுங்களுக்கு தர்மசங்கடமா இருக்கும். தேவையான்னு எனக்குத் தோணுது. நான் பேசும்போது என்கூட நீங்க இருப்பீங்க. நீங்க

உணர்ச்சிவசப்படாம இருக்கணும். நான் சப்ஜெக்டை ஓப்பன் பண்றதைப் பத்தி யோசிச்சுக்கிட்டிருக்கிறேன்” என்றாள்.

ஜோசப் மௌனமாக இருந்தான். “நானும் இன்னக்கி முழுக்க யோசிக்கிறேன்” என்றான்.

அன்று இரவு தூக்கத்தில் பாம்புகள் கூட்டங்கூட்டமாகக் கனவில் வந்தன. தூக்கம் வரவில்லை. கரோலினைச் சந்தித்து உள்ளதைப் பேசிவிட்டால் இந்தப் பிரச்சினை வராது என்று நினைத்தான்.

“அந்தம்மா எதுக்குப் பாம்புப் படத்தைப் புறங்கையிலே பச்சை குத்தியிருக்கணும். எல்லாம் என் கெட்ட நேரம். பார்த்துப் பேசிவிட்டால் என் துயரம் அவுங்களைப் பேய் மாதிரி புடிச்சுக்கும். அவுங்க செஞ்ச பாவத்துக்கு அனுபவிக்கட்டும்” என்று தனக்குள் பேசிக்கொண்டான்.

பலவிதமான யோசனைகளுக்குப் பின் கரோலினைப் பார்ப்பது என்று ஜோசப்பும் ரோஸியும் முடிவு செய்தார்கள்.

13

ரத்தினவேல் கட்டிலில் காலை நீட்டி, முதுக்குப்புறம் சுவரில் தலையணை வைத்துச் சாய்ந்திருந்தான். பக்கத்தில் உமா படுத்திருந்தாள்.

“இன்னும் ஆறு மாசத்துலே குழந்தை பிறக்கும். நீங்க தேவையில்லாமப் பயப்படாதீங்க. ஏற்கெனவே உங்களுக்கு சாவித்திரி அக்கா மூலம் ஆண் குழந்தை இருக்கு. இப்ப எனக்குப் பெண் குழந்தை பிறக்கட்டுமே. எனக்கும் பெண் குழந்தைன்னா ஆசை.”

“வாயை மூடு. எனக்குப் பெண் குழந்தைன்னா பிடிக்காது. ஏற்கெனவே உன்கிட்டே சொல்லியிருக்கேன்ல. திருவேங்கடம் பிள்ளை வம்சத்தைச் சேர்ந்த ஏதோ ஒரு தலைமுறையிலே பிறக்கற பெண் குழந்தை மூர்க்கமா மாறுது. அடக்க முடியாது. ட்ரீட்மெண்டும் எடுக்க முடியாது. வீட்லேயும் தங்காது. நமக்குப் பிறக்கறது பெண் குழந்தையா இருந்தா அந்த மாதிரி ஆயிடும்னு நெனைச்சு பயப்படறேன்.”

“என்னங்க நீங்க சொல்றது. நான் உங்க வம்சத்தைச் சேந்தவ இல்லை. நான் அன்னியம். நமக்குப் பிறக்கற குழந்தைக்கு எப்படி பாதிப்பு வரும். அதுவும் வம்சத்துலே பிறந்த அத்தனை பெண் குழந்தைக்குமா பாதிப்பு வருது. நமக்குப் பிறக்கற பெண் குழந்தைக்குப் பாதிப்பு வருங்கிறது உங்க கற்பனை. பயம்.”

“சரி. அப்படித்தான் வைச்சுக்கோ. நான் பயப்படறேன். ஆண் குழந்தை பிறக்கணும்னு வேண்டிக்கோன்னு சொன்னா பெண் குழந்தைன்னா ஆசை. பெண் குழந்தைதான் வேணும்னு சொல்றே.”

“குழந்தை பிறக்கிறது நம்ம கையிலயா இருக்கு. இப்ப நமக்குக் குழந்தை உருவாயிருச்சு. அது ஆணா பெண்ணான்னு உருவாகும்போதே முடிவாயிருச்சு. நாம இப்ப அதை மாத்த முடியுமா. ஆண் குழந்தையும் பிறக்கலாம். பெண் குழந்தையும் பிறக்கலாம்.”

“ஸ்கேன் பாக்கற இடத்துலே ஏதாவது பணத்தைக் கொடுத்து ஆணா, பெண்ணான்னு தெரிஞ்சுக்குவோம். பெண்ணா இருந்தா கலைச்சிருவோம்.”

“நான் அதுக்கு ஒத்துக்கமாட்டேன். முதல்லே ஸ்கேன் சென்டர்ல சொல்லமாட்டாங்க. டாக்டர் வளந்த குழந்தையை எடுக்க மாட்டாங்க. இதுக்குன்னு இருக்கற டாக்டர்கிட்டே போகணும். எனக்கு உடம்புக்கு ஏதாவது ஒண்ணு ஆயிருச்சுன்னா என்ன ஆறது. உங்களுக்குத் தேவையில்லாத பயம். ஆணோ, பெண்ணோ எல்லாம் நல்லபடியா நடக்கும். சாவித்திரி அக்காவுக்கு ஆண் குழந்தை பிறந்திருக்கு. எனக்கும் ஆண் குழந்தைதான் பிறக்கும். உங்க ஜீன் அப்படி. நான் என் ஆசையைச் சொன்னேன். இப்ப ஏன்தான் சொன்னோம்னு தோணுது. நம்ம கையிலே ஒண்ணும் இல்லிங்க. நீங்க விரும்பற மாதிரி ஆண் குழந்தைதான் பிறக்கும். இதைப்பத்தி யோசிச்சு குழப்பிக்கிறாதிங்க” என்று அவனைச் சமாதானப்படுத்தி, அவன் மடியில் தலை வைத்தாள்.

அவன் கை அவள் தலையைத் தடவியது. “ஆமா. நீ சொல்றது சரி. எல்லாம் இந்நேரம் முடிவாயிருக்கும். தேவையில்லாம யோசிச்சு, உருவானதை மாத்தவா முடியும். நீ தைரியசாலி. தன்னம்பிக்கை உள்ளவ. நான் அப்படி இல்லையே” என்றான் ரத்தினவேல்.

“நான் பேரையும் யோசிச்சு வைச்சிருக்கேன். ஆணாப் பிறந்தா சதீஷ்குமார். பொண்ணாப் பிறந்தா அமிர்தா. எப்படி இருக்கு.”

“எதுக்கு பெண் குழந்தை பேரை யோசிச்சு வைச்சிருக்கே. ஆண் குழந்தை பேரை மட்டும் யோசிச்சு வைக்க வேண்டியது தானே.”

உமா எழுந்து உட்கார்ந்தாள். “இந்தா பாருங்க. உங்களுக்கு என்ன ஆச்சு. அந்தச் சுருட்டுக்காரியைப் பத்திச் சொன்னிங்க. சொன்னப்பவே உங்க மனசுலே ஒரு பயம் இருக்குன்னு எனக்குத் தெரிஞ்சது. முதல்லே உங்க மனசுலே இருந்து அந்தச் சுருட்டுக்காரியைத் துரத்துங்க. சிதம்பரம் பிள்ளை தூக்குப் போட்டுச் செத்துப்போனதை நினைவுக்குக் கொண்டுவராதிங்க. நெனைக்காதிங்கன்னு சொல்றேன்.”

“நான் எங்கே நெனைக்கிறேன். அதுவால்ல நெனைவுக்கு வருது. நான் சுருட்டுக்காரியைப் பாத்ததைச் சித்தப்பா கிட்டே சொன்னேன். அடுத்த நாள் காலையிலே சித்தப்பா தூக்குப்

போட்டுச் செத்துப் போனாரு. என்ன நடக்குதுன்னு எனக்குத் தெரியலை.”

“உங்களாலே எனக்கும்ல மண்டையிடியா இருக்கு. பேசாம படுத்துத் தூங்குங்க” என்றாள் உமா. அவனுக்குப் பின்புறம் காட்டிப் படுத்தாள்.

ரத்தினவேலும் விளக்கை அணைத்துவிட்டுப் படுத்தான். சற்றுநேரத்தில் உமா தூங்கிவிட்டாள். அவனுக்குத் தூக்கம் வரவில்லை. நெடுநேரப் போராட்டத்திற்குப்பின் தன்னையறியாமல் தூங்கினான்.

தூக்கத்தில் அந்தச் சுருட்டுக்காரி வந்தாள். சுருட்டைப் பிடித்துக்கொண்டே, “நான் அமிர்தாவாக வருவேன்” என்று சொல்லி ரத்தினவேலின் முகத்தில் சுருட்டுப் புகையை ஊதுகிறாள். “என் குழந்தையை ஏதும் செஞ்சிராதே” என்று அந்தச் சுருட்டுக்காரியிடம் ரத்தினவேல் பணிவாகச் சொல்கிறான். அவள் அலட்சியமாக மீண்டும் சுருட்டுப் புகையை அவன் முகத்தில் ஊதுகிறாள்.

ரத்தினவேலுக்கு விழிப்பு வந்துவிட்டது. எழுந்து உட்கார்ந்து உமாவைப் பார்த்தான். அவள் தூங்கிக்கொண்டிருந்தாள். அவள் முகத்தில் தாய்மையின் கனிவு, அமைதி. மீண்டும் படுத்தான். தூங்கினால் சுருட்டுக்காரி வந்துவிடுவாளோ என்று நினைத்தான். இன்று இந்த விஷயத்தைப் பற்றிப் பேசியிருக்கக் கூடாது. தூக்கம் வராமல் புரண்டுபுரண்டு படுத்தான். எப்போது தூங்கினான் என்று அவனுக்குத் தெரியவில்லை.

14

உமாவிற்குப் பிரசவத்திற்கான நாள் நெருங்கிக்கொண்டிருந்தது. உமா உற்சாகமாக இருந்தாள். ரத்தினவேல் கவலையாக இருந்தான். தன் கவலை தேவையில்லாதது என்று அவன் உணர்ந்திருந்தான். ஆனால் அவனுக்கு அவனையறியாமல் குழப்பமும் பயமும் ஏற்படுகிறது.

ஸ்கேன் எடுத்தபின் ஆண் குழந்தையா பெண் குழந்தையா என்பதைத் தெரிந்துகொள்ள வேண்டும் என்று நினைத்தான். சம்பந்தப்பட்ட செவிலியரிடம் சென்று கேட்டான். அவள் அதையெல்லாம் சொல்லக்கூடாது என்பதில் உறுதியாக இருந்தாள்.

மருத்துவமனையில் வேலை பார்க்கும் ஒருவன் வங்கிக்கு அடிக்கடி வருவான். அவன் பெயர் ராஜ்கபூர். முதலில் அவன் வடநாட்டவன் என்று ரத்தினவேல் நினைத்தான். ஆனால் அவன் தமிழ்நாட்டைச் சேர்ந்தவன்தான். ராஜ்கபூரின் அப்பா நடிகர் ராஜ்கபூரின் ரசிகர். அவர் பெயரையே தன் மகனுக்கு வைத்துவிட்டார். ரத்தினவேல் அவனை அணுகினான். தான் ஏன் இப்படி அழைக்கழிக்கப்படுகிறோம் என்று யோசித்தான். தெரிந்து என்ன ஆகப் போகிறது. வளர்ந்த குழந்தையை கலைக்கக் முடியுமா. ஆனாலும் தெரிந்துகொள்ள வேண்டும் என்ற ஆவல் அவனை உந்தித் தள்ளியது.

ராஜ்கபூர் எங்கு இருப்பான் என்று விசாரித்தான். அவன் மருத்துவமனை அலுவலகத்தில் உட்கார்ந்து சில பேப்பர்களைப் பார்த்துக்கொண்டிருந்தான். ரத்தினவேல் அவனை அணுகினான். ரத்தினவேலைப் பார்த்து அவன் எழுந்து நின்று, “என்ன சார் வொய்ப்புக்கு பிரசவமா” என்றான்.

“இது நம்ம ஆஸ்பிடல் ஸார். என்ன உதவினாலும் சொல்லுங்க டாக்டர்கிட்டே சொல்லி கன்செசன் கூட வாங்கித் தாரேன்” என்றார் ராஜ்கபூர்.

“என் வொய்ப் பேரு உமா. இங்கேதான் காமிக்கிறோம். டாக்டர் நல்லா கவனிக்கிறாங்க. எனக்கு ஒரு விஷயம் தெரியணும். என் வொய்ப்புக்கு ஸ்கேன் எடுத்தாச்சு. என்ன

குழந்தைன்னு தெரிஞ்சுக்கலாம்னு நினைக்கிறேன். தெரிஞ்சு என்ன ஆகப்போகுது. ஒண்ணும் இல்ல. ஒரு ஆர்வம்தான். உங்களாலே தெரிஞ்சு சொல்ல முடியுமா."

"சொல்றது சட்டப்படி தப்பாச்சே."

"ஒரு ஆர்வலத்துலே கேக்கறேன். வேற ஒண்ணும் இல்லை."

"சார் நீங்க மனசுல என்ன நினைச்சு இருக்கீங்கன்னு தெரியல. நீங்க ஆண் குழந்தை வேண்டும் என்று நெனச்சிருக்கலாம். ஆனா பெண் குழந்தை என்று தெரிய வந்துச்சுன்னா மனசு சங்கடப்படும். மன உளைச்சல் ஏற்படும். அதனாலே வேண்டாம் ஸார்"

"சரி கேட்டுப் பார்ப்போம்னு நினைச்சேன். சரி பரவாயில்லை." ரத்தினவேலின் முகம் வாடியது. அதைப் பார்த்த ராஜ்கபூர், "சரி. நான் பாத்துட்டு வந்து சொல்றேன். நான்தான் சொன்னேன்னு யாருகிட்டயும் சொல்லக்கூடாது" என்றான்.

"சத்தியமா சொல்லமாட்டேன்" என்றான் ரத்தினவேல்.

ராஜ்கபூர், "இருங்க. அந்த நாற்காலியிலே உக்காருங்க. வந்திர்றேன்" என்று சொல்லி, அறையை விட்டு வெளியேறினான்.

ரத்தினவேல் பதற்றத்துடன் உட்கார்ந்திருந்தான். சற்று நேரத்தில் ராஜ்கபூர் வந்தான். "ஸார் வெளியே வாங்க" என்றான். இருவரும் அறையை விட்டு வெளியே வந்தார்கள்.

"ஸார் நான் சொன்னேன்னு வெளியே சொல்லியிராதிங்க. நீங்களும் குழப்பிக்காதீங்க. பெண் குழந்தை" என்றான்.

15

கரோலினைப் பார்ப்பதற்கு ஜோசப்பும் ரோஸியும் தயாராகிக்கொண்டிருந்தார்கள். ஜோசப் தன் உணர்ச்சிகளைக் கட்டுப்படுத்திக்கொண்டான். கூட ரோஸி இருப்பது அவனுக்குப் பலம் தருவதாக இருந்தது. இருவரும் பள்ளிக்கு விடுப்பு அளித்துவிட்டு, ஒரு வாடகைக் காரை அமர்த்திக்கொண்டு கிறிஸ்தவ மிஷனரி மருத்துவமனைக்குச் சென்றார்கள்.

ஜோசப்பிடம் உணர்ச்சிவசப்படக் கூடாது என்றும் அத்தையுடன் தான் பேசிக்கொள்வதாகவும் தெரிவித்திருந்தாள். மருத்துவமனைக்குள் நுழைந்தார்கள். தலைமை நிர்வாகி என்ற பெயர்ப்பலகை இருந்தது. வாசலில் இருந்த விசிட்டர்களுக்கான சேர்களில் உட்கார்ந்தார்கள். பணியாள் வந்து பெயரையும், வந்த காரணத்தையும் அச்சடிக்கப்பட்ட துண்டுப் பேப்பரில் எழுதச் சொன்னான். அவள் தன் பெயரை எழுதிக் கீழே தந்தையின் பெயர் விக்டர் என்று எழுதி அடிக்கோடிட்டாள். காரணம் என்ற இடத்தில் பெர்ஸனல் என்று எழுதினாள்.

இருவரும் உள்ளே நுழைந்தார்கள். சுவரில் மாட்டப்பட்டிருந்த பெரிய யேசுவின் படம்தான் ஜோசப்பின் கண்களில் முதலில் பட்டது. அந்தப் படத்திற்குள் கீழே கரோலின் உட்கார்ந்திருந்தாள். கனிவான அமைதியான முகம். வலது கண்ணுக்குக் கீழே மரு. முன்னங்கைகளை மேஜையின் மீது வைத்திருந்ததால் புறங்கை பார்ப்பவர்களுக்கு நன்றாகத் தெரிந்தது. இரண்டு புறங்கைகளிலும் பாம்புப் படம் பச்சை குத்தப்பட்டிருப்பது தெரிந்தது.

உள்ளே நுழைந்தபோது, அவனின் நடுங்கும் கையை ரோஸி கவனித்தாள். இருவரும் சேரில் உட்கார்ந்தார்கள். ரோஸி தன்னையும் ஜோசப்பையும் அறிமுகப்படுத்திக்கொண்டாள். விக்டர் பற்றிக் கரோலின் விசாரித்தார். பிறகு, "என்ன விஷயம்" என்று கேட்டார்.

ரோஸி சொல்வதற்குத் தயங்கினாள். பிறகு சமாளித்துக்கொண்டு பேசினாள்.

“நான் வேலை பாக்கற ஸ்கூல்லே டீச்சரா ஒருத்தர் இருக்காரு. அவர் குழந்தை யேசு கருணை இல்லத்தில் அனாதையா வளந்தவரு. இல்லம் ரிஜிஸ்டர்ல வலது கண்ணுக்குக் கீழே மருவும், புறங்கைகளில் பாம்புப் படமும் பச்சை குத்தப்பட்டிருந்த ஒரு பெண் இல்ல வாசல்லே ஒரு சிசுவை வைச்சுட்டுப் போறதைத் தாதி அந்தோணியம்மாள் பார்த்ததாகக் குறிப்பு இருக்கு. இந்த அடையாளம் உங்களோட பொருந்திப் போறது. எனக்கு உங்க ஞாபகம் வந்தது. உங்களைப் பாத்தா விபரம் தெரியும்னு நெனைச்சு இவரைக் கூட்டியாந்தேன். இவர்தான் அந்தச் சிசுவா இருந்தவர். இருபத்தெட்டு வருஷத்துக்கு முன்னாடி நடந்தது” என்று சொல்லி நிறுத்தினாள்.

கரோலின் முகம் சலனங்களைக் காட்டும் முகமல்ல. அவர் கண்களை மூடிக்கொண்டார். கண்களில் நீர் லேசாகக் கசிந்தது. எழுந்து நின்று யேசு படம் பக்கம் திரும்பி ஏதோ முணுமுணுத்தார். பின் திரும்பி நாற்காலியில் உட்கார்ந்தார்.

“இவர் பேரு என்ன சொன்னே.”

“ஜோசப்.”

“கருணை இல்லம் இவரைக் காப்பாத்தி ஆளாக்கியிருக்கு. டீச்சரா இருக்காரா.”

ஜோசப்பின் கண்களில் நீர் வழிந்தது. “என் கனவுலே நீங்க எத்தனையோ தடவை வந்திருக்கிங்க. ஆனா வேற முகம். நீங்கதானே என் அம்மா” என்று உணர்ச்சிவசப்பட்டுக் கூறினான்.

“ஜோசப் அமைதியா இரு. கர்த்தர் உனக்கு வழிகாட்டுவார். சாந்தத்தைக் கொடுப்பார்” என்றார் கரோலின்.

கரோலின் பெல் அடித்துப் பணியாளரை அழைத்தார். “இவுங்க வெளியேறும்வரை யாரையும் உள்ளே விடாதே. கண்டிப்பான உத்தரவு” என்றார். பணியாளர் தலையாட்டிவிட்டுச் சென்றான்.

“ஜோசப், ரோஸி, நான் இவரோட தாய் இல்லை” என்று சொல்லி கரோலின் நிறுத்தினாள். ஜோசப்பும் ரோஸியும் ஒருவரையொருவர் பார்த்துக்கொண்டார்கள். ஜோசப் கண்களில் வழியும் நீரைத் துடைத்துக்கொண்டான்.

"நான் ரொம்ப மனக்கஷ்டத்தோடு அந்தச் சிசுவை கருணை இல்ல வாசலில் வைச்சேன். எனக்கு நம்பிக்கை இருந்தது. கர்த்தர் அந்தச் சிசுவை ஆளாக்கிக் காப்பாத்துவார்னு. இதோ ஆளாகி உக்காந்திருக்கார். எங்க ஆஸ்பத்திரியிலே ஒரு பெண்ணை பிரசவத்துக்காக சேர்த்தாங்க. குழந்தை பிறந்த ரெண்டு மூணு நாள்லே அவளும் அவ அப்பாவும் கூட வந்த பெண்ணும் சிசுவை விட்டுவிட்டு எங்கோ போயிட்டாங்க. எங்களுக்கு என்ன செய்யறதுன்னு தெரியலை. போலீசுக்குப் போக எங்களுக்கு விருப்பமில்லை. அப்ப தலைமை நிர்வாகியா இருந்த மதர்தான் இந்த யோசனையைச் சொன்னாங்க. கையும் உடலும் எனக்கு நடுங்கியிருச்சு. மனசைக் கல்லாக்கி கர்த்தர் மேலே பாரத்தைப் போட்டு கருணை இல்லம் வாசல்லே வைச்சுட்டு வந்துட்டேன். அப்படியும் தாதிப்பெண் என்னையும் என் அடையாளத்தையும் பார்த்திருக்கு. இப்ப இருபத்தெட்டு வருஷம் கழிச்சு வழி ஏற்பட்டிருக்கு."

"அந்தப் பெண் யாருன்னு தெரியுமா" என்றாள் ரோஸி.

"நான் எனக்குத் தெரிஞ்சதைச் சொல்றேன். நீயோ ஜோசப்போ மனசைக் குழப்பிக்கக் கூடாது. ஒருநாள் நிறைமாசமா ஒரு பெண்ணும் அவ தகப்பனும் வந்தாங்க. பிரசவ வலி எடுத்துருச்சு. பாக்க வசதியானவங்களாத் தெரிஞ்சாங்க. காரை அவ தகப்பனே ஓட்டிட்டு வந்திருக்காரு. அட்மிஷன் போட்டாச்சு. நான் அந்தப் பெண்ணோட கணவன் பேரைக் கேட்க அவ முழிக்கிறா. அவ தகப்பனைப் பாக்கறா. தகப்பன் அவளைப் பாக்கறாரு. அப்புறம் சொல்றாரு. 'நான் உண்மையைப் பேசறேன். இவளுக்கு இன்னும் திருமணமாகலை. ஒருத்தனோட பழகியிருக்கா. இவ கர்ப்பமாயிட்டா. அவன் ஒரு விபத்துலே இறந்துட்டான். இந்த விபரம் யாருக்கும் தெரியாது. இவ அம்மா ஏற்கெனவே இறந்துட்டா. நான்தான் இவளைப் பாத்துக்கறேன். இப்ப பிரசவ வலி வந்துருச்சு. நீங்கதான் காப்பத்தணும்.'

எனக்குக் குழந்தையையும் தாயையும் காப்பாத்தணுங்கற அவசரம். டாக்டரம்மா லேபர் வார்டுக்குள்ளே கொண்டுபோகச் சொன்னாங்க. ஆண் குழந்தை. சுகப்பிரசவம். அப்புறம் ரிஜிஸ்டரை வாங்கிப் பாத்தேன். அவ பேரு வானவில்னு இருந்துச்சு. கணவர் பேர் இருக்கவேண்டிய இடத்துலே ஒண்ணும் எழுதலை. நானும் ஒண்ணும் கேட்டுக்கலை. இந்தப் பேரு வித்தியாசமா இருந்ததாலே எனக்கு ஞாபகத்துலே

இன்னும் இருக்கு. அவ அழகானவ. நெத்தியிலே ஒரு நீளத் தழும்பு இருந்தது. பிரசவ சமயத்திலே அவ கையைப் பாத்தேன். அவ இடது கை விரல்கள்லே சுண்டுவிரல் இல்லை.

இது நடந்து பதினைஞ்சு வருஷத்துக்குப் பின்னே அந்தப் பொண்ணு ஒரு வெள்ளைக்காரப் பையனோட வந்தா. குழந்தையைப் பத்தி விசாரிச்சா. நான் செஞ்ச காரியத்தைச் சொன்னேன். நான் என்னைக் காமிச்சுக்காம கருணை இல்ல வாசல்லே வைச்சுட்டு வந்ததைச் சொன்னேன். அவ கருணை இல்ல முகவரி கேட்டா. நான் சொன்னேன். கொஞ்ச நாட்களில அமெரிக்கா போவதாகச் சொன்னாள். அவள் கருணை இல்லம் போனாளான்னு எனக்குத் தெரியாது. வந்த வேகத்துலே போயிட்டா.

இவ்வளவுதான் எனக்குத் தெரியும். ஜோசப் நீங்க கவலைப்படாதிங்க. உங்களுக்கு உங்க அம்மாவைக் கண்டுபிடிக்க முடியாது. ஆனா அவுங்க நெனைச்சா உங்களைக் கண்டுபிடிக்க முடியும். ஒருநாள் உங்களைப் பாக்க வருவாங்கன்னு நெனைக்கிறேன். நான் சொல்றேன் பாருங்க. நிச்சயமா வருவாங்க. அதுக்கு ஒரு காலம் வரணும். தாயுள்ளம் பத்தி எனக்குத் தெரியும்" என்றார் கரோலின்.

16

ரோஸியும் ஜோசப்பும் வெளியே வந்தார்கள். "ஒரு புதிர் விலகி இன்னொரு புதிர் வந்துருச்சு. எத்தனை நாள் முகத்தில் வலது கண்ணுக்குக் கீழே மரு உள்ள, புறங்கைகளில் பாம்புப் படம் உள்ள பெண்ணை கனவுகளில் பார்த்திருப்பீர்கள். இப்போது இல்லை என்று ஆகிவிட்டது. ஆனால் புதிய அடையாளங்கள் உங்களைத் துன்புறுத்த வந்துள்ளன. நெற்றியில் தழும்பு, சுண்டு விரல் இல்லாத இடது கை, உங்கள் கனவுகளில் வரப்போகிறது. என்னென்ன திருப்பங்கள் ஏற்படப் போகிறதோ தெரியலை" என்றாள் ரோஸி.

"இவ்வளவு நாள் நான் இல்லாததை நினைத்து ஏங்கியிருக்கேன். துன்பப்பட்டிருக்கேன் இப்போது தெளிவு கிடைத்திருக்கிறது. திருப்பங்கள் உருவாகிக்கொண்டே இருக்கின்றன. நான் அன்று உன் புறங்கைகளைப் பாத்துக்கொண்டிருந்தபோது அதைப் பற்றிக்கொள்ள வேண்டும் என்ற உந்துதல் எனக்கு ஏற்பட்டது. உனக்கும் எனக்கும் சிநேகம் ஏற்பட்டது. நான் தெரிந்து வைத்திருந்த அடையாளங்கள் உள்ளவரை நீ தெரிஞ்சு வைச்சிருந்தே. இது ஒரு திருப்பம். கரோலின் சிஸ்டர் சொன்னது இன்னொரு திருப்பம்."

"கரோலின் அத்தையின் அடையாளங்களை இல்லத்தில் இருந்த பாதர்தானே உங்களிடம் சொன்னார். வானவில் என்ற பெயருடைய உங்கள் அம்மா குழந்தை யேசு கருணை இல்லம் இருக்கும் இடத்தை அத்தை மூலம் அறிந்திருக்கிறார். அவர் அங்கு போயிருக்க வாய்ப்புண்டு. பாதர் எப்போ இறந்துபோனார்."

"நான்கு வருடங்கள் இருக்கும்" என்றான் ஜோசப். அப்படியானால் அதற்கு முன்பாக உங்க அம்மா பாதரைப் பார்த்திருப்பார் என்றே நெனைக்கிறேன். அப்படியானால் பாதர் ஏன் உங்களிடம் அவர் வந்து சென்றதைச் சொல்லவில்லை" என்றாள் ரோஸி.

"இரண்டு வாய்ப்புகள் இருக்கின்றன. ஒன்று அவர் பாதரைப் பார்க்காது போயிருக்கலாம். அல்லது அவர் பாதரைப் பார்த்து விவரம் தெரிந்திருக்கலாம். ஏதோ காரணத்திற்காக என்னிடம்

பாதர் சொல்லாமல் இருந்திருக்கலாம். நாம் அடுத்து என்ன செய்வது."

"எனக்கு ஒரு யோசனை தோன்றுகிறது. நாம் குழந்தை யேசு கருணை இல்லம் செல்வோம். பதிவு ரிஜிஸ்டரில் ஏதும் பின் பதிவு இருக்கிறதா என்று பார்க்கலாம். உங்கள் அம்மா வந்து பார்த்திருந்தார் என்றால் ஏதாவது குறிப்பு இருக்கும்."

"நாம் கருணை இல்லம் செல்வோம்" என்றான் ஜோசப்.

"அவர்கள் கருணை இல்லம் சென்றார்கள். ஜோசப்பைப் பார்த்ததும் அங்கிருந்த பணியாட்கள், நிர்வாகிகள் வரவேற்றார்கள். பாதர் பெஞ்சமின், ஜோசப்பை நலம் விசாரித்தார். கருணை இல்லத்தில் வளர்ந்தவன் என்று அவர் அறிவார். ரோஸியைக் கூட வேலை பார்ப்பவர் என்று பாதருக்கு அறிமுகப்படுத்தி வைத்தான்.

"பாதர் பதினஞ்சு வருஷத்துக்கு முன்னாடி என் அம்மா நான் பிறந்த ஆஸ்பத்திரியிலே கருணை இல்ல அட்ரஸ் வாங்கிட்டுப் போயிருக்காங்க. அவுங்க கூட ஒரு வெள்ளைக்காரப் பையன் இருந்திருக்கான். அப்போ பாதர் அருளானந்தம் சார் இருந்த நேரம். நான் இந்த இல்ல வாசலில் கிடந்த அன்று பாதர் ரிஜிஸ்டரில் பதிவு பண்ணியிருக்கார். என்னைச் சிசுவாக இங்கு வாசலில் வைத்தவர் என் அம்மா இல்லைன்னு கண்டுபிடிச்சாச்சு. அட்ரஸ் வாங்கின என் அம்மா இங்கே வந்ததா என்கிட்டே பாதர் ஸார் எதுவும் சொல்லலை. ஒரு வேளை இங்கே வந்து சென்றிருக்கலாம். வந்திருந்தா ஸார் ஏதாவது குறிப்பு எழுதியிருப்பார்னு தோணுது. பாக்கணும். அதுக்கு நீங்க உதவி செய்யணும்" என்றான் ஜோசப்.

பாதருக்கு சரிவர விஷயங்கள் விளங்கவில்லை. "அந்த ரிஜிஸ்டரைப் பாக்கணும் அவ்வளவுதானே. எந்த வருஷம்" என்று அவர் கேட்டார். அவன் கூறிய பின்னர் பக்கத்தில் உள்ள அறைக்குச் சென்றார். சற்றுநேரத்தில் ஒரு ரிஜிஸ்டரைத் தூசி தட்டிக்கொண்டே எடுத்துவந்து, மேஜையில் வைத்து நாற்காலியில் உட்கார்ந்தார். தேதி கேட்டுப் பக்கங்களைப் புரட்டினார். ஒரு பக்கத்தில் நிறுத்தினார்.

ஜோசப்பின் அட்மிஷன்போது பாதர் அருளானந்தம் எழுதியிருந்த குறிப்பைப் பார்த்தார். அந்த ரிஜிஸ்தரில் வலது பக்கத்தில் புதிய குறிப்பு இருந்தது. அதை வாசித்தார்.

'இன்று ஒரு பெண், ஒரு வெள்ளைக்காரப் பையனுடன் வந்து என்னைப் பார்த்தாள். அன்று ஜோசப்பை இல்ல வாசலில் கிடத்தியவள் அவனின் அம்மா இல்லை என்றும் அவர் செவிலியர் என்றும் தெரிவித்தார். தன்னை அவனின் அம்மா என்று கூறினார். சில காரணங்களால் அதை வெளியே சொல்ல முடியாது என்றும் அந்தச் சிறுவனைப் பார்க்க வேண்டும் என்றும் தன்னை அவனுக்குக் காட்டக் கூடாது என்றும் வந்ததையும் சொல்லக் கூடாது என்றும் கண்ணீர் விட்டுக் கெஞ்சினாள். இவ்விதம் ஒருவள் நடிப்பதற்கு இயலாது. அதற்கு அவசியமும் இல்லை என்று நினைத்தேன். நான் உடன்பட்டு ஜோசப்பை அவளுக்குக் காட்டினேன். அவள் சற்றுநேரம் ஜோசப்பைப் பார்த்தாள். ஜோசப் விளையாடிக்கொண்டிருந்தான். 'இவ்வளவு போதும்' என்று கண்ணீர் விட்டாள். 'நான் ஒருநாள் அவசியம் வருவேன். எப்போது என்று தெரியாது. என் மகனை அழைத்துச் செல்வேன்' என்று சொல்லி என்னிடம் ஆசி வாங்கிச் சென்றாள். தன் பெயர் 'வானவில்' என்றாள். அவள் நெற்றியில் நீளமான தழும்பு இருந்தது. அவள் இடது கையில் சுண்டுவிரல் இல்லை.'

ஜோசப்பிற்கும் ரோஸிக்கும் ஏதோ மர்மக் கதைக்குள் பயணம் செய்வதுபோல் இருந்தது. "ரொம்ப நன்றி பாதர். இந்தத் தகவல் எங்களுக்குப் போதும். அவர் என் அம்மாவாகத்தான் இருக்க வேண்டும். உங்கள் உதவிக்கு மீண்டும் நன்றி பாதர்" என்றான் ஜோசப்.

"பாதர் ரிஜிஸ்டர் பத்திரம். இதுவே இவரின் அம்மாவைக் கண்டறியப் போதுமான ஆவணமாக இருக்கும்" என்றாள் ரோஸி.

"இதற்கு முந்தைய ஆவணங்கள்கூட இங்கு பத்திரமாகப் பாதுகாக்கப்படுகிறது" என்றார் பாதர்.

17

ஜோசப்பும் ரத்தினவேலும் ஜோசப்பின் அறையில் உட்கார்ந்து இருந்தார்கள். ஜோசப் தன் தாயைத் தேடிச் சென்ற விவரங்களை அவ்வப்போது போனில் சொன்னாலும் தற்போது விரிவாகக் கூறினான்.

"மர்மக்கதை போல இருக்கு. இப்போது உங்கள் கனவில் நெற்றியில் தழும்பு உள்ள முகமும் சுண்டு விரல் இல்லாத இடது கையும் வருகிறதா" என்றான் ரத்தினவேல்.

"அதுதான் ஆச்சரியம். இதுவரை அத்தகைய கனவு ஏதும் வரலை. இப்படியே தொடரணும். பாம்புப் படம் உள்ள புறங்கைகள், மரு உள்ள முகங்கள் நினைவுகளிலும் கனவுகளிலும் வருவது நின்னுருச்சு. மனசு நம்மிடம் இருந்தாலும் அதன் போக்கு நம்மிடம் இல்லையே. இனி என்ன நடக்குதுன்னு பார்ப்போம்."

"நான் ஒரு தவறான வேலை செய்துட்டேன். மனக் குழப்பத்திலும் ஆர்வத்திலும் உமாவின் கருவில் இருப்பது பெண் குழந்தைனு ஸ்கேனில் உள்ளதை அங்கு பணிபுரியும் ஒருவர் மூலம் தெரிஞ்சுக்கிட்டேன். எனக்கு மன உளைச்சலா இருக்கு."

"நீங்கள் தெரிஞ்சுக்கிட்டதை உங்கள் வொய்ப் கிட்டே சொல்லிட்டிங்களா. சொல்லிடாதிங்க. நீங்க குழம்பி உங்க வொய்ப்பையும் குழப்பிடாதிங்க."

"எனக்கு அந்தச் சுருட்டுப் பெண்ணைப் பாத்ததிலிருந்து மனசு சரியில்லை. கங்கைக் கரையிலே அலையறான்னு நான் சிதம்பரம் பிள்ளை கிட்ட சொன்னதுக்கு அடுத்த நாள் அவர் தூக்கு மாட்டிச் செத்துப் போனார். எனக்கு மனசு சரியில்லாமப் போச்சு."

"உங்க பிரச்சினை கற்பனை சம்பந்தப்பட்டது. உங்களுக்குப் பிறக்கிற பெண் குழந்தை வளந்து மூர்க்கமாக மாறி வீட்டை விட்டுப் போகும்ங்கறது கற்பனைதானே. நல்லா படிச்சு டாக்டராகூட ஆகலாமில்லையா. ஆனா என் பிரச்சினை அப்படி இல்லை. துப்பறியும் கதை மாதிரி போய்கிட்டிருக்கு. என் அம்மாவைப் பத்தின அடையாளங்கள் இருக்கு. அவங்க

கூட வெள்ளைக்காரப் பையன் இருந்திருக்கான். அவுங்க இப்ப அமெரிக்காவுலே இருக்காங்க. எப்ப வருவாங்க, வருவாங்களா மாட்டாங்களா, ஏன் என்னைப் பாத்த அவுங்க, நான் அவுங்களைப் பாக்கறதை நடைமுறைப்படுத்தலை. ஒண்ணும் புரியாத நிலையிலே நான் இருக்கேன்."

"அவுங்களை நீங்க சிறுவனா இருந்தப்ப பார்த்ததால் அது உங்க மனசுல பாதிப்பை ஏற்படுத்தும்னு அவுங்க அதைத் தவிர்த்திருக்கலாம். எப்படியும் வந்து உங்க கூட இருப்பாங்கன்னு நான் நெனைக்கிறேன்."

"அவுங்களுக்குக் கல்யாணமாச்சா, அப்பா, உறவினர்கள் கூட இருக்காங்களா, எதுவுமே தெரியல. எதுவும் கற்பனைக்குக் கட்டுப்பட மாட்டேங்குது. ஆனா உங்க கேசு முழுக்க முழுக்க கற்பனை சம்பந்தப்பட்டதுன்னு நான் நெனைக்கிறேன்."

"ஆமா கற்பனை சம்பந்தப்பட்டதுதான். ஆனால் என்னாலே பயத்தைத் தவிர்க்க முடியலை. ஒருவேளை ஏதாவது அசம்பாவிதம் நடந்திருமோன்னு எண்ணம் வந்து எனக்கு மன உளைச்சலை உருவாக்குது."

"உங்க அம்மா உங்களைப் பார்க்க வருவாங்க. என்னுடைய பிரச்சினை கற்பனை சம்பந்தப்பட்டது. பெண் குழந்தை டாக்டருக்குப் படிப்பாள். இப்படி பாசிட்டிவா நெனச்சுக்குவோம்."

"அப்படியே நெனைப்போம். இப்ப டீ சாப்பிடுவோம்" என்றான் ஜோசப்.

18

ஜோசப்பிடம் ரோஸி தன் அப்பாவிடம் காதல் விவகாரத்தைச் சொல்வது தொடர்பாகப் பேசினாள். ரோஸியின் தந்தைக்கு இந்த விஷயம் தெரியவந்தால் அதை அவர் ஏற்றுக்கொள்ளமாட்டார் என்று ஜோசப் நினைத்தான். ஆனால் எப்படியும் சொல்லித்தானே ஆகவேண்டும் என்று ரோஸி கூறினாள். "உன் அப்பா என்னை ஏற்றுக்கொள்ளாவிட்டால் நாம் என்ன செய்வது" என்று ஜோசப் கேட்டான்.

"நான் வீட்டை விட்டு வெளியே வந்து உங்களைத் திருமணம் செய்துகொள்வேன்" என்றாள்.

"அது ஒரு பக்கம் இருக்கட்டும். என்னைப் பத்தியும் என் குடும்பம் பத்தியும் உன் அப்பா கேப்பாரே. நீ என்ன சொல்லுவே."

"அவர் குழந்தை யேசு இல்லத்துலே வளர்ந்தவரு. அவரோட அம்மா ஏதோ காரணத்துலே இல்லத்துலே விட்டுவிட்டு வெளிநாட்டில் வசிக்கிறார். எப்ப வருவார்னு தெரியாதுனு சொல்வேன்."

"ஏன் விட்டுட்டுப் போகணும். என்னோட அப்பா யார். முறைகேடா பிறந்தவனான்னு கேட்டால் என்ன சொல்லுவே" என்று கேட்டான்.

"ஆமாம்னு ஒத்துக்குவேன்."

"ஒத்துக்கிட்டா உங்க அப்பா எப்படி நம்ம திருமணத்துக்கு ஒத்துக்குவார்."

"சந்தேகந்தான். அதுதான் நான் சொன்னேனே. வீட்டை விட்டு வெளியேறித் திருமணம் பண்ணிக்க வேண்டியதுதான்."

"என்ன சாதாரணமா சொல்றே. எவ்வளவு கஷ்டமான காரியம்."

"கஷ்டம்தான். சமாளிக்கத்தான் வேணும். நாம ரெண்டு பேரும் சம்பாதிக்கிறோம். நீங்க டீச்சரா இருக்கீங்க."

"அப்ப நீ வீட்டை விட்டு வெளியேர்றதா முடிவு பண்ணிட்டியா."

"ஆமா. அதுதான் நடக்கும். நடக்கிறதுக்கு நம்மைத் தயார் பண்ணிக்க வேண்டியதுதான். நீங்க ரொம்ப யோசிச்சு

குழப்பிக்காதிங்க. உங்களைத் தெரிஞ்சவங்க எல்லோருக்கும் நீங்க இல்லத்துலே வளர்ந்தவர்னு தெரியும். தாய் தந்தை தெரியாதுன்னு தெரியும். நாம இப்பதான் இந்த மர்மக்கதையிலே கொஞ்ச தூரம் போயிருக்கோம். உங்கப் பிறப்புக்காக உங்களை யாரும் அவமதிப்பா நடத்தியிருக்காங்களா."

"இல்லை. ஆனால் மனசுக்குள்ளே என்னைப் பத்தித் தாழ்வா நினைப்பாங்க. அதுதான் என்னைச் சங்கடப்படுத்தும்."

"நினைச்சிட்டுப் போறாங்க. அவுங்க மனசுக்குள்ளேதானே நினைச்சுக் கிறாங்க. அதை எதுக்கு நீங்க சீரியஸா கற்பனை பண்ணிக்கிறீங்க. எதுவும் நெனைக்காம கடந்து போக வேண்டியதுதானே."

"புதுசா யாராவது அறிமுகமானா எந்த ஊரு, அப்பா யாருன்னு விசாரிப்பாங்க. அப்ப எனக்கு என்ன பதில் சொல்றதுன்னு தெரியாது. பெரிய மன உளைச்சல் ஏற்படும். அனாதை இல்லத்திலே வளந்தவன்னு சொல்றப்ப மனசு கஷ்டப்படும்."

"அதுதானே உண்மை. நீங்க தாழ்வுணர்ச்சியை விடுங்க. நான் அனாதை இல்லத்துலே வளர்ந்தவன்னு தைரியமா பெருமைப்படற மாதிரி சொல்லுங்க. மேற்கொண்டு விவரங்கள் கேட்டால் தெரியாதுன்னு தைரியமா சொல்லுங்க. நீங்க இங்கிலீஷ் வாத்தியாரா இருக்கிங்க. உங்க இங்கிலீஷ் அறிவு ஸ்கூல்ல இருக்கிற எல்லாத்துக்கும் தெரியும். அது உங்களுக்குப் பெருமைதானே. பெருமைப்படுற விஷயங்களை மனசிலே நெனைச்சுக்கோங்க."

"நீ அப்பா கிட்டே எப்ப இது விஷயமா பேசுவே."

"சந்தர்ப்பத்தை எதிர்பார்த்துக்கிட்டிருக்கேன். அம்மா கிட்டே முதல்ல பேசினா எல்லாம் குழம்பியிரும். அவங்க பழமையானவங்க. ஆர்த்தோடாக்ஸ். அப்பா கிட்டே தான் முதல்லே பேசணும். அவரும் ஏத்துக்கிட மாட்டாரு. ரொம்ப அட்வான்ஸா நாம சிந்திக்க முடியாது. நான் பேசுறதுக்கு முன்னாடி மதிய உணவுக்கு நீங்க வர்ற மாதிரி ஏற்பாடு பண்றேன். அப்ப எதுவும் நம்ம விஷயத்தைப் பத்திப் பேச வேண்டாம். உங்களை அறிமுகப்படுத்திக்கலாம். உங்களைப் பாத்த மாதிரியும் இருக்கும். அப்ப உங்களைப் பத்தி அவங்க தெரிஞ்சுக்கட்டும். அப்புறம் சில நாட்கள் கழித்து நான் இந்த விஷயத்தைப் பத்தி அப்பா கிட்டே பேசறேன். அதுதான் சரியா இருக்கும்னு நான் நெனைக்கிறேன்" என்றாள் ரோஸி.

19

ரோஸியின் முகம் வருத்தத்தைக் காட்டியது. அழுதுவிடுவது போல் இருந்தாள். ஜோசப் அமைதியாக இருந்தான்.

"அப்பா கிட்டே நம்ம விருப்பங்களைப் பத்தி சொன்னேன். அவர் ரொம்ப கோபப்பட்டார். எனக்கு சுதந்திரம் கொடுத்தது தப்பா போச்சுன்னு சொன்னார். குடும்பம், உறவினர் இல்லாதவருக்கு எப்படிக் கொடுக்க முடியும்ன்னு கேட்டு, மறுத்துவிட்டார். அப்பா சம்மதத்தோடு நம்ம திருமணம் நடக்கும்னு எனக்குத் தோணலை. எங்க அம்மா ரொம்ப ஆர்த்தோடாக்ஸ்னு உங்ககிட்டே ஏற்கெனவே சொல்லியிருக்கேன். அப்பாவாவது பரவாயில்லை. அம்மா ரொம்ப திட்டினாங்க. வீட்டைப் பகைச்சிக்கிட்டுதான் நாம திருமணம் பண்ணிக்க முடியும். நான் ரொம்பவும் எதிர்த்துப் பேசலை. அப்படிப் பேசினால் கட்டுப்பாடு கூடும். வீட்ல இருக்கிறது ரொம்ப சிரமமா போயிரும். யோசிக்கிறேன்னு சொன்னேன். நாம முடிவு எடுத்த பின்னாடி அதற்கான ஏற்பாடுகள் எல்லாம் செஞ்ச பிறகு நான் வீட்டை விட்டு வெளியேறி வரணும். அதுவரைக்கும் பொறுத்திருக்க வேண்டியதுதான்" என்றாள் ரோஸி.

"என் பிறப்புதானே எல்லாத்துக்கும் காரணம். என் அம்மா என்னைக் கைவிட்டுப் போனதுதானே என்னோட அவமானத்துக்குக் காரணம். என் அம்மா செஞ்ச பாவத்துக்கு அவ அனுபவிப்பா. இதிலே ஒளிஞ்சிருந்து எனக்குத் தெரியாம என்னைப் பார்த்துருக்கா. ஏதோ ஒரு நேரத்திலே வந்து என் கூட இருப்பதா வேறு சொல்லியிருக்கா. அவ வாழ்க்கையை அழிச்சிக்கிட்டதும் இல்லாம என் வாழ்க்கையையும் அழிச்சிட்டா."

"இப்படி எல்லாம் பேசாதிங்க. அவுங்க வாழ்க்கையையும் சூழ்நிலையையும் பொறுத்து அவுங்க இப்படி நடந்திருப்பாங்க. நமக்கு அவுங்க அடையாளங்கள்தான் தெரியும். அவுங்களப் பத்தி பிற விவரங்கள் தெரியாது."

"தெரிஞ்சாலும் அது அவமானமாகத்தான் இருக்கும். இன்னும் சில அவமானங்களோட வாழணும். அதுக்கு அனாதை

என்கிற ஒரு அவமானம் போதும். எனக்கு என் அம்மாவைப் பாக்கணும், அவங்க கூட இருக்கணும் என்ற தவிப்பு பெருசா இருந்துச்சு. கனவுகள் வந்தன. நான் கரோலின் அம்மாதான் என்னுடைய அம்மான்னு நெனைச்ச காலம் இருந்துச்சு. அவுங்க என் அம்மா இல்லைன்னு தெரிஞ்சுபோச்சு. நெத்தியிலே தழும்பு உள்ள சுண்டுவிரல் இல்லாத இடது கை உடைய பெண்ணை என் அம்மான்னு சொல்றாங்க. என்னைச் சுற்றி வினோத அடையாளங்கள் உள்ள பெண்கள் ஏன் வர்றாங்கன்னு தெரியலை. சாத்தானின் செயல் மாதிரி இருக்கு. நான் யாருக்கும் மனசறிஞ்சு கெடுதல் பண்ணலே. என் பிறப்பே எனக்குக் கெடுதலாக அமைஞ்சு போச்சு.”

“நீங்க இப்படி சலிப்பா பேசாதிங்க. நடந்த எதுக்கும் நீங்க பொறுப்பில்லை. ஆனால் உங்களுக்குப் பிரச்சினை ஏற்பட்டுருச்சு. உங்களைப் பெத்த அம்மா உங்களை விட்டுட்டுப் போனது நல்ல இடம்னு நெனைச்சுக்கோங்க. வெளியிலே எங்காவது விட்டுட்டுப் போயிருந்தா நீங்க என்னவா ஆகியிருப்பிங்கன்னு கற்பனை பண்ணவே பயமா இருக்கு. கரோலின் அத்தை கர்த்தரின் வழிகாட்டுதலில் உங்களைக் கொண்டுவந்து குழந்தை யேசு கருணை இல்லத்தில் விட்டிருக்காங்க. நீங்க இப்ப ஆசிரியரா நல்ல நிலையிலே இருக்கிங்க. ரோஸியோட கணவரா வரப்போறீங்க. அதுவும் ஒரு போராட்டத்திற்குப் பின்னாலே” என்று சிரித்தாள் ரோஸி.

“என் வாழ்க்கையே போராட்டம்தானே. இப்ப என் திருமணமும் போராட்டத்தோட நடக்கப் போகுது. இரண்டு பேரும் மேஜர். சட்டப்படி பிரச்சினை இல்லை. உன் அப்பா ஏதும் பிரச்சினை பண்ணுவாரா.”

“பண்ண மாட்டார். என்னைக் கைவிட்டுருவார். நான் ஒரே பொண்ணுங்கறதினாலே பின்னாடி நம்ம கூட சேருவார். அது எப்போதுன்னு கணிக்க முடியாது. அதுக்கு நான் குழந்தை பெறணும். இதுதான் உலக வழக்கம்” என்று மீண்டும் ரோஸி சிரித்தாள்.

20

பெண் குழந்தையை உமாவின் தாயார் ரத்தினவேலின் கைகளில் கொடுத்தாள். அதை வாங்கியபோது ரத்தினவேலுக்குப் பரவசமும் உடல் சிலிர்ப்பும் ஏற்பட்டது. இந்தக் குழந்தையைப் பார்த்து தான் பயப்படுவது சரியல்ல என்று நினைத்தான். பெண் குழந்தை இருக்கும் வீடு மங்களகரமானது என்று நினைத்துக்கொண்டான்.

பக்கத்தில் இருந்த ஜோசப்பிடம் பெண் குழந்தையைக் கொடுத்தான். ஜோசப் குழந்தையை வாங்கி, மீண்டும் ரத்தினவேலிடம் கொடுத்தான். அவன் உமாவின் தாயாரிடம் திரும்பக் கொடுத்தான். குழந்தையை அவள் உள்ளே கொண்டு சென்றாள்.

"பெண் குழந்தை பற்றி உங்களுக்குக் கற்பனையான பயம் இருந்தது. இப்ப பெண் குழந்தை பிறந்திருக்கு. உங்களுக்கு இதைப் பார்த்து பயம் வருதா" என்றான் ஜோசப்.

"இல்லை. நெகிழ்ச்சியா இருக்கு" என்றான் ரத்தினவேல்.

"இப்படியே இருக்கட்டும். திடீர்னு ஏதாவது கற்பனை பண்ணி குழந்தை மேலே வெறுப்பை வளத்துக்காதிங்க."

"நானும் அதைத்தான் விரும்பறேன்."

பெண் குழந்தைக்குப் பெயர் வைக்கும் நிகழ்வு. உறவினர்கள் வந்திருந்தார்கள். சாவித்திரியும் மகனுடன் வந்திருந்தாள். ஜோசப்புடன் வந்திருந்தான்.

அய்யர் அவர் காரியத்தைப் பார்த்தார். ரத்தினவேல் 'சாரதா' என்று பெயர் வைக்கலாம் என்று ஏற்கெனவே சொல்லியிருந்தான். ஆனால் உமா 'அமிர்தா' என்று பெயரை வைக்க வேண்டும் என்று பிடிவாதமாக இருந்தாள். அய்யரிடமும் உமா 'அமிர்தா' என்ற பெயரைச் சொன்னாள். அந்தப் பெயரே குழந்தைக்கு வைக்கப்பட்டது.

பெண் குழந்தை என்பதால் ரத்தினவேல் இந்தக் குழந்தையை வெறுப்பான் என்று உமா நினைத்தாள். ஆனால் அதற்கு

நேர்மாறாக அதிக ஒட்டுதலுடன் இருந்தான். ரத்தினவேல் வீட்டில் தங்கும்போதெல்லாம் அவன் குழந்தையைக் கொஞ்சுவதைப் பூரிப்புடன் உமா பார்த்தாள்.

ரத்தினவேலுக்குக் குழந்தையைப் பார்க்கும்போது வெறுப்பு வருவதில்லை. இந்தக் குழந்தை வளர்ந்த பின்பு குணங்கள் மாறுமோ என்ற சந்தேகத்தை ஜோசப்பிடம் கூறினான்.

“திருவேங்கடம் பிள்ளை வம்சத்திலே பெண் குழந்தைகள் பிறக்கவே இல்லையா” என்றான் ஜோசப்.

“நிறைய பிறந்திருக்கு. ஒண்ணு ரெண்டு பெண் குழந்தைகளுக்குத்தான் குண மாறுதல் ஏற்பட்டிருக்கு. மத்த குழந்தைகள் எல்லாம் நல்லா இருக்கு. பெரிய படிப்பு படிச்சு வேலை பார்க்குதுகள்.”

“அப்புறம் என்ன. அந்தக் குழந்தைகள்ல அமிர்தாவும் ஒண்ணுன்னு நினைச்சுக்க வேண்டியதுதானே.”

“அப்படித்தான் நினைச்சுக்கணும். இந்தப் பாழாப்போன மனசு சொன்னபடி கேட்க மாட்டேங்குது.”

“உமா உங்க வம்சத்தைச் சேர்ந்த பொண்ணா இருந்தா ஒரு வாய்ப்பு இருக்குன்னு சொல்லலாம். அவங்க அன்னியம். அதனால லாஜிக்கா சயின்டிபிக்கா பார்த்தா இந்தக் குழந்தை மனப்பிறழ்வு ஆவதற்கான வாய்ப்பு இல்லை. நீங்க குழம்பாதிங்க. மத்தவங்களையும் குழப்பாதிங்க.”

“பயம்தான் காரணம். குழந்தை மேலே பாசமா இருக்கு. திடீர்னு கற்பனையும் பயமும் ஏற்படும்போது குழப்பம் வந்துடுது. நான் அமிர்தாவை வெறுக்கலை.”

“எப்பவும் வெறுக்கக் கூடாது” என்றான் ஜோசப். ரத்தினவேல் தலையாட்டினான்.

21

கடல் அலைகளினூடே மரத்தால் செய்யப்பட்ட திடமான கட்டுமானத்தில் அமைந்த பலகையில் ஜோசப் உட்கார்ந்திருக்கிறான். காற்றின் உப்புச்சுவையை உணர்கிறான். உடம்பு காற்றில் ஈரப்பதமாக ஆனது போல் தோன்றுகிறது. தலைமுடி கலைந்திருக்கிறது. மேகம் கடலின் எல்லையில் இருப்பதாகத் தோன்றுகிறது மேகத்தில் யேசுநாதர் பிரம்மாண்டமாகத் தெரிகிறார். 'நான் உன்னை ரட்சிப்பேன்' என்ற வார்த்தைகள் ஒலிக்கின்றன.

கரையில் ஏதோ படகுகளும் ஆட்களும் தூரத்தே தெரிகிறார்கள். கரையை மரப்பலகை நெருங்குகிறது. இப்போது படகுகளையும் ஆட்களையும் காணோம். சவுக்கு மரங்கள் நெருக்கமாக நிற்பது தெரிகிறது. சவுக்கு மரங்களுக்கும் கடலுக்கும் இடையே மணல். ஒருபுறத்தில் ஜோசப் நிற்கிறான். இன்னொரு புறத்தில் ஒரு பெண் நிற்கிறார். முகம் தெளிவாகத் தெரியவில்லை. அழகான வடிவம் தெரிகிறது. இடது கையைப் பார்க்கிறான். சுண்டுவிரல் இல்லை. நெற்றித்தழும்பு தெரிகிறது. இரண்டு கைகளையும் நீட்டி ஜோசப்பை அழைக்கிறார். சுண்டுவிரல் இல்லாத இடது கையை ஜோசப் பார்க்கிறான். இந்த வினோத அடையாளங்கள் எப்படி என்னுடன் தொடர்பு கொள்கின்றன. இது யார் வேலை. என்னைக் கொண்டுவந்து குழந்தை யேசு இல்லத்தில் வைத்தவரின் புறங்கையில் பாம்புப் படம், வலது கண்ணுக்குக் கீழே கருப்பு மரு, கனவில் வந்து என்னைத் துன்புறுத்திய அடையாளங்கள். ஆனால் அவர் என் தாய் அல்ல. அவர் வேறு வினோத அடையாளங்கள் சொல்கிறார். சாத்தான்தான் இந்த வேலை செய்கிறதா. நான் தேவனின் ராஜ்யத்தை அடைய முடியாமல் என்னை அச்சுறுத்துகிறதா. என் நினைவில் சுண்டுவிரல் இல்லாத இடது கையும் தழும்பு உள்ள நெற்றியும் வந்து என்னை அலைக்கழிக்கிறதே. இதெல்லாம் எனக்கு எதிரான காரியங்களா. நூற்றுக்கணக்கில் ஆயிரக்கணக்கில் பாம்புப் படம் உள்ள புறங்கைகள் வந்தன. தற்போது சுண்டுவிரல் இல்லாத இடது கைகள் நூற்றுக்கணக்கில், ஆயிரக்கணக்கில் வந்து அச்சுறுத்துகின்றன.

யேசுநாதர் தேவனுடைய ராஜ்யத்தை எதற்கு ஒப்பிடுவேன் என்று கேட்டு அவரே பதில் சொன்னார். 'அது ஒரு கடுகு விதைக்கு ஒப்பாயிருக்கிறது. அதை ஒரு மனுஷன் எடுத்துத் தன் தோட்டத்திலே போட்டான். அது வளர்ந்து பெரிய மரமாயிற்று. ஆகாயத்துப் பறவைகள் வந்து அதன் கிளைகளில் அடைந்தன.'

நானும் ஒரு பறவையாய் மாறி அந்தக் கிளைகளில் அமர்ந்தால் நிம்மதி கிடைக்குமா. நான் தாயைத் தேடுகிறேன். தந்தையை அறியேன். தாயைக் கண்டுபிடிக்க முடியும். தந்தையோ மாயக்காரன். தாய் சொல்லிக் கண்ணுக்குத் தெரிவான். தேவனுடைய குமாரனாகிய கிறிஸ்துவே தாங்கள் பிசாசுகளை செயல்பட விடாமல் அதட்டுங்கள்.

ஜோசப் அந்தப் பெண்ணை நெருங்க நினைக்கிறான். இருவருக்கும் இடையில் சிறிது தூரம்தான் இருக்கிறது. ஆனால் அது நெருங்க இயலாததாக இருக்கிறது. அவரின் முகம் காணமுடியாததாக மாறுகிறது. எப்போது தன்னை வெளிக்காட்டுவார். குறை உள்ள இடது கை பெரிதாகிறது. இப்போது அந்தப் பெண் உருவம் நேசிக்கத்தக்கதாக இல்லாமல் ஆகிவிடுமோ என்று ஜோசப்பிற்கு பயம் ஏற்படுகிறது. 'பிதாவே தாங்கள் பிசாசுகளைச் செயல்பட விடாமல் அதட்டுங்கள். மலைமீது இருக்கும் பட்டணத்தைக் காணாமல் செய்ய முடியுமா. என் தாயை மலைமீது அமர வையுங்கள். என் நீண்டகாலத் துயரங்கள் தீயினால் பொசுங்கட்டும். விளக்குத்தண்டை உயர்ந்த இடத்தில் வைத்து வெளிச்சம் தரப்பண்ணுவீர்.'

பகுதி 2

22

வானவில் சுறுசுறுப்பான சிறுமி என்று பெயர் எடுத்திருந்தாள். அழகானவளாக இருந்தாள். படிப்பில் கெட்டிக்காரி. அவளுடைய தந்தை சுரேந்திரனுக்கு பெரிய டைல்ஸ் கடையுடன் வெளிநாட்டு ஏற்றுமதியும் இருந்தது. பணத்திற்குக் குறைவில்லை. வானவில்லுக்கு ஒரு அண்ணன் இருந்தான். அவன் பெயர் நாகராஜன். மனைவி கலாவதி மேல் சுரேந்திரனுக்கு மோகம் இருந்தது.

அந்தத் தெருவில் ஒரு மாரியம்மன் கோவில் இருந்தது. இந்தப் பகுதி கிராமமாக இருந்து நகரப் பகுதியோடு பின்னர் சேர்ந்தது. நகரத்தின் விஸ்தரிப்புப் பகுதி. வருடம் தோறும் மூன்று நாட்கள் மாரியம்மன் திருவிழா நடக்கும். சுரேந்திரன் விழாச் செலவுக்கு நல்ல தொகையை வருடம் தோறும் விழாக் கமிட்டிக்குக் கொடுப்பார். மாரியம்மன் கோவில் முன்பு உள்ள பகுதியில் கும்மி அடித்துக்கொண்டே சுற்றி வருவார்கள். அந்த ஆட்டம் நளினமாக இருக்கும். 'தன்னன்ன நாதினம் தன்னானே, தனத் தன்னன்ன நாதினம் தன்னானே அம்மா மாரியாத்தா' என்று கோரசாகப் பாடிக்கொண்டே ஆடுவார்கள். அகலமான கரை போட்ட வேட்டி, முழுக்கை சட்டை அணிந்த வாலிபன் ஒருவன் வருவான். அவன் வரும்போதே சுற்றி உட்கார்ந்து ரசிக்கும் கூட்டத்தில் பரபரப்பு ஏற்படும். அவன் அந்த ஆடும் வரிசையில் சேர்ந்து கொள்வான். அவன் ஆடும் ஆட்டம் பார்க்கப் பரவசம் தருவதாக இருக்கும். அந்த அசைவுகள் நளினமானவை. வசீகரமானவை. கலாவதி அவனையே பார்த்துக்கொண்டிருப்பாள். அழகன் என்றால் இவன்தான் அழகன் என்று நினைத்துக்கொள்வாள்.

அவனைப் பற்றி விசாரித்தாள். அவன் பெயர் ஜெயக்குமார். கட்டிடம் கட்டும் இஞ்சினியர் என்று சொன்னார்கள். அவன் நடக்கும் உட்காரும் தோரணை மிடுக்காக இருந்தது. இன்னதென்று விளங்காத வகையில் மனம் அவனையே நினைத்துக்கொண்டிருந்தது. கலாவதியினால் அவன் நினைப்பிலிருந்து வெளியேற இயலவில்லை.

கலாவதியின் கணவர் சுரேந்திரன் மாடியில் இரண்டு அறைகள் அமைக்க வேண்டும் என்று நினைத்தார். அப்போது ஜெயக்குமாரை மாடி அறைகள் கட்டும் வேலைக்கு அமர்த்துமாறு கலாவதி கூறினாள். அதன்படியே ஜெயக்குமாரை வரச்சொல்லிப் பேசினார். கட்டிடம் கட்டும் வேலை ஆரம்பமானது. மாடி கட்டுவதைப் பார்க்கும் காரணத்தை வைத்து ஜெயக்குமார் வரும்போதெல்லாம் மாடிக்குச் சென்றாள்.

அவன் சிரிக்கச்சிரிக்கப் பேசுவான். வயிற்றைப் பிடித்துக்கொண்டு கலாவதி சிரிப்பாள். முகமெல்லாம் சிவந்துவிடும். சிரிக்கும்போது சில சமயங்களில் மார்பகச் சேலை நழுவும். சரிசெய்துகொள்வாள். அவள்தான் அவனை அணைத்தாளா அல்லது அவன்தான் அவளை அணைத்தானா என்று தெரியாத நிலையில் இருவரும் அணைத்துகொண்டார்கள்.

கலாவதியின் நெஞ்சுத் துடிப்பு கூடியது. அவள் பதற்றத்துடன் மாடியிலிருந்து வேகமாக இறங்கி வந்தாள். கீழே நின்றுகொண்டிருந்த வானவில் அம்மா வேகமாக இறங்கி வருவதைப் பார்த்து அம்மாவிடம், “என்னம்மா வேகமாக ஓடி வர்றீங்க” என்று கேட்டாள். கலாவதி பதில் சொல்லவில்லை. தன் அறைக்குள் சென்றுவிட்டாள். வானவில்லுக்குத் தன் தாயின் முகம் சரியில்லாமல் இருப்பதாகத் தோன்றியது. சற்றுநேரம் கழித்து ஜெயக்குமார் இறங்கி வருவதையும் பார்த்தாள். “நல்லா இருக்கீங்களா அங்கிள்” என்று கேட்டாள். அவன், “நல்லா இருக்கேன்” என்று சொல்லி வீட்டை விட்டு வெளியேறினான்.

சுரேந்திரன் பெரும் குடிகாரன். இரவில் குடிக்காமல் இருப்பதில்லை. சமயங்களில் பகல் நேரங்களிலும் குடிப்பான். தன் இச்சையைத் தணித்துக்கொள்ளும் பெண் உடலாகவே கலாவதியை அவன் பயன்படுத்தினான். அவன் சொன்னதைச் செய்யாமல் இருந்ததற்காக சில தடவைகள் அவளை அவன் அடித்தும் இருக்கிறான். குழந்தைகளும் சுரேந்திரனிடமிருந்து

ஒதுங்கியே இருந்தார்கள். எப்பவாவது மகன் நாகராஜனை மட்டும் வெளியே கூட்டிச் செல்வான். வானவில் சிறுவயதிலேயே தனிமையை உணர்ந்தாள்.

விரும்பிய பொம்மை வேண்டும் என்று சுரேந்திரனிடம் வானவில் கேட்டாள். நாகராஜனுக்கு சுரேந்திரன் கரடி பொம்மை வாங்கிக் கொடுத்திருந்தார். வானவில் சாவி கொடுத்தால் ஓடும் நாய்க்குட்டி பொம்மையைக் கேட்டிருந்தாள். அவன் வெளியே செல்லும்போது வானவில் அந்த பொம்மையைக் கேட்டு தொந்தரவு செய்தபோது கோபப்பட்டு வானவில்லை அவன் தள்ளிவிட்டான். வானவில் வாசல் கேட்டில் விழுந்ததில் நெற்றியில் ஆழமான வெட்டுக்காயம் ஏற்பட்டது. கலாவதியும் சுரேந்திரனும் சேர்ந்து பக்கத்தில் இருந்த மருத்துவமனைக்குக் கொண்டுசென்றார்கள். நீண்ட வெட்டுக்காயமாக இருந்ததால் டாக்டர் தையல் போட்டார். சிறுமியாக இருக்கும்போதே இந்த நெற்றித்தழும்பு அடையாளம் ஆகிவிட்டது. அத்தோடு வானவில் பிறக்கும்போதே இடது கையில் சுண்டு விரல் இல்லை. இது சுரேந்திரனுக்குக் கெட்ட நிமித்தமாகப் பட்டது. வியாபாரத்திலும் அவள் பிறந்த வேளையில் தற்காலிகமாகச் சரிவு ஏற்பட்டது. இரண்டையும் சுரேந்திரன் இணைத்துப் பார்த்தான்.

வானவில் பிறந்தபோது சுரேந்திரனிடம் கலாவதி கூறினாள். “குறையுடன் பிறந்த குழந்தையைக் குறை இல்லாமல் பார்த்துக்கொள்ளுங்கள்.” சுரேந்திரனின் கடின மனதிலும் அந்த நேரத்தில் ஈரம் சுரந்தது. ஆனால் நடைமுறையில் சுரேந்திரன் பாசக்காரனாக இருக்கவில்லை. அவன் தொழிலைக் கவனிக்கவேண்டியிருந்தது. அவன் வேலைகளுக்கு நேர நெருக்கடி இருந்தது. வீட்டில் இருப்பதே பெரும்பாலும் இரவில்தான். மதியம் வந்து சாப்பிட்டுவிட்டுப் பத்து நிமிடங்கள் வாட்சைப் பார்த்துக்கொண்டே படுத்திருப்பான். பத்து நிமிடங்கள் ஆனதும் எழுந்து முகத்தைக் கழுவிவிட்டு காரில் ஏறிச் சென்றுவிடுவான்.

வானவில் பருவமடைந்தாள். வீட்டில் சிறிய விழா நடந்தது. ஜெயக்குமாரும் வந்திருந்தான். அவன் சிறிய அலாரம் கடிகாரத்தைப் பரிசாக கொடுத்தான். அந்தப் பரிசு வானவில்லுக்குப் பிடித்திருந்தது. அதை விளையாட்டுப் பொருள் போலப் பயன்படுத்தினாள். குளிக்கச் செல்லும்போது அலாரம்

வைத்துவிட்டுச் செல்வாள். அலாரம் அடித்தவுடன் குளிப்பதை நிறுத்திக்கொள்வாள். இவ்வளவு நேரம் வாரப் பத்திரிகை படிக்க வேண்டும் என்று முடிவுசெய்து அலாரம் வைத்துப் படிப்பாள். இதெல்லாம் வானவில்லுக்கு சுவாரஸ்யமான விளையாட்டாக இருந்தது.

காலம் செல்லச்செல்ல ஜெயக்குமாரும் கலாவதியும் பழகிப் பேசிக்கொள்வதைப் பார்க்கும்போது வானவில் மனதில் நெருடல் ஏற்பட்டது. அண்ணன் நாகராஜன் பெரும்பாலும் வீட்டில் இருப்பதில்லை. பள்ளியிலிருந்து வந்த பிறகு காபி குடித்துவிட்டு சுரேந்திரனின் கடைக்குச் சென்றுவிடுவான். அவனுக்குத் தொழிலில் ஆர்வம் இருந்தது.

அன்று நெற்றியில் அடிபட்ட பிறகாவது வானவில் கேட்ட சாவி கொடுத்தால் ஓடும் நாய்க்குட்டிப் பொம்மையை சுரேந்திரன் வாங்கிக் கொடுத்திருக்க வேண்டும். அவன் அந்தப் பொம்மையை வாங்கிக் கொடுக்கவே இல்லை. அவளும் வைராக்கியமாக அந்தப் பொம்மையை மீண்டும் கேட்கவில்லை.

23

கலாவதியைக் காணோம். சுரேந்திரன் பிள்ளைகளிடம் கேட்டுப் பார்த்தான். அவன் மேஜையில் ஒரு பேப்பர் இருந்தது. அந்தப் பேப்பர் பறந்துவிடாமல் சிறிய பிள்ளையார் சிலை அந்த பேப்பர் மேல் வைக்கப்பட்டிருந்தது. சுரேந்திரனுக்கு அது கடிதமாக இருக்கலாம் என்ற சந்தேகம் ஏற்பட்டது. அதை எடுத்துப் படித்தான்.

அன்புள்ள அத்தான்,

என்னை மன்னித்துக்கொள்ளுங்கள். பிள்ளைகளின் மீது கோபப்படாதீர்கள். நான் மிகுந்த கசப்புடனே வாழ்ந்தேன். நான் விரும்பிய மகிழ்ச்சியான வாழ்க்கை எனக்கு கிடைத்துவிட்டது. என்னைத் தேட வேண்டாம். என் வழியில் குறிக்கிட வேண்டாம். நீங்கள் நன்றாக இருங்கள். தொழிலோடு குடும்பத்தையும் நேசியுங்கள். நான் போகிறேன்.

இப்படிக்கு,
கலாவதி

கடிதத்தைக் கசக்கி எறிய வேண்டும் என்று நினைத்தான். பிறகு அந்தக் கடிதத்தைப் பத்திரமாக பீரோவில் வைத்தான். கோபமும் ஆவேசமும் மனதை அலைக்கழித்தன. 'அவள் போய்த் தொலையட்டும். ஆனால் அவமானம் எனக்கல்லவா. பிள்ளைகளை அம்மா இல்லாமல் வளர்க்க வேண்டும். தெரிந்தவர்களுக்கு என்ன பதில் சொல்வது' என்றெல்லாம் யோசித்தான். தலை கிறுகிறுப்பது போல் இருந்தது. தலைவலிக்கிறது மாதிரியும் இருந்தது. அலமாரியைத் திறந்து விஸ்கி பாட்டிலை எடுத்து கிளாஸில் ஊற்றிக் குடித்தான். மீண்டும் குடித்தான். சோபாவில் சாய்ந்தான்.

'மனைவி போய்விட்டதை மறைக்க முடியாது. கலாவதி தரப்பிலிருந்து காவல்துறைக்குப் புகார் சொல்லலாம். அவள் எழுதி வைத்தக் கடிதத்தைப் பத்திரமாக வைத்துக்கொள்ள வேண்டும். யாரோடாவது ஓடிப்போயிருக்க வேண்டும் என்ற முடிவுக்கு வருவார்கள். அவனைக் கண்டுபிடித்துவிடுவார்கள். அனேகமாக

ஜெயக்குமாராக இருக்கலாம். இந்த அவமானத்தையெல்லாம் தாங்கத்தான் வேண்டும். நான் செய்யவேண்டியதை யோசிக்க வேண்டும். இந்தக் கடிதத்தை எடுத்துக்கொண்டு போலீஸ் ஸ்டேஷனுக்குச் சென்று கலாவதியைத் தேடித் தரும்படி கேட்க வேண்டும். புகார் கொடுக்க வேண்டும். அதுதான் எனக்குப் பாதுகாப்பு. அவர்களால் கண்டுபிடிக்க முடிந்தால் அப்போது என்ன செய்வது என்பதைப் பிறகு யோசிக்கலாம். கண்டுபிடிக்க முடியாவிட்டால் என் போக்கில் நான் இருக்கலாம். கண்டுபிடித்தாலும் கண்டுபிடிக்க முடியாவிட்டாலும் அவமானத்தை அனுபவித்துத்தான் ஆக வேண்டும். கண்டுபிடித்து அழைத்து வந்தால் வீட்டில் சேர்க்கக் கூடாது. சட்டப்படி விவாகரத்து வழங்கிவிடலாம். பணம் செலவழிந்தால் பரவாயில்லை. யார் கூட ஓடிப்போனாளோ அவன் கூடவே எங்கேயோ சென்று வாழட்டும். பிள்ளைகளை அவளிடம் கொடுக்கக் கூடாது. என்னிடமே இருக்க வேண்டும். அவளும் கேட்க மாட்டாள்.' இப்படி எல்லாம் அவன் யோசித்தான்.

படுக்கையில் படுத்தவன் தூங்கிவிட்டான். சற்று நேரத்தில் விழிப்பு வந்துவிட்டது. அவனுடைய மாமா செல்லையாவிற்கும் அவர் பையன் சூடாமணிக்கும் போன் செய்து உடனே வரச் சொன்னான். அவர்களும் வந்தார்கள் அவர்களிடத்தில் கலாவதி எழுதிய கடிதத்தைக் காட்டினான். கலாவதியைச் செல்லையா கெட்ட வார்த்தைகளால் திட்டினார். சுரேந்திரன் போலீஸ் ஸ்டேஷன் செல்ல வேண்டும் என்பதிலே முனைப்பாக இருந்தான். "மற்ற விஷயங்களைப் பிறகு பேசிக்கொள்ளலாம். இப்ப ஸ்டேஷனுக்குப் போகலாம்" என்று சொல்லி அவர்களையும் அழைத்துக்கொண்டு ஸ்டேஷனுக்குச் சென்றான்.

இன்ஸ்பெக்டரைப் பார்த்தார்கள். விவரத்தை சுரேந்திரன் சொன்னான். கடிதத்தையும் காண்பித்தான். "உங்களுக்கு யார் மேலயாவது சந்தேகம் இருக்கா" என்று இன்ஸ்பெக்டர் கேட்டார்.

"ஆமாம். வீட்டு மாடி கட்டுவதற்கு ஒரு இஞ்சினியரிடம் பொறுப்பை ஒப்படைச்சோம். அவர் மேலே சந்தேகம் இருக்கு."

"உங்களோடு சண்டை போட்டுட்டு அவுங்க சொந்தக்காரங்க வீட்டுக்குப் போயிருக்கலாம்ல. அவுங்க சொந்தக்காரங்க கிட்டே விசாரிச்சிங்களா."

"இல்லை. எங்க ரெண்டு பேருக்கும் இடையே பெரிய சண்டை ஏதும் நடக்கலை. அவ சொந்தக்காரங்க வீட்டுக்குப் போற டைப் இல்லை"

"எதுக்கும் விசாரிச்சு வைங்க. அந்த ஜெயக்குமாரை ட்ரேஸ் பண்றோம். அவரும் காணாமல் போயிருந்தால் ரெண்டு பேரையும் கனெக்ட் பண்ணிப் பார்க்கத்தான் வேணும். ரைட்டர் கிட்டே போய் கம்ப்ளைன்ட் கொடுங்க. இந்த லெட்டரையும் காமிங்க" என்று கடிதத்தைக் கொடுத்தார் இன்ஸ்பெக்டர்.

சுரேந்திரன் கூட வந்தவர்களுடன் சென்று புகார் கொடுத்தான்.

24

சுரேந்திரனும் கூடச் சென்றவர்களும் போலீஸ் ஸ்டேஷனில் இருந்து வீட்டுக்குத் திரும்பினார்கள். அம்மாவைக் காணாததால் அப்பாவிடம், “அம்மா எங்கேப்பா காணோம்” என்று வானவில் கேட்டாள். கோபத்தில் இருந்த சுரேந்திரன் வானவில்லை அறைந்தான். வானவில் கீழே விழுந்தாள். அவனது கோபத்தைப் பார்த்த நாகராஜன் ஒதுங்கிக்கொண்டான். அவள் அழுதுகொண்டே சென்று சோபாவில் உட்கார்ந்துகொண்டாள் அழுகையை நிறுத்துமாறு சுரேந்திரன் அவளை அதட்டினான். வானவில் “அம்மா...” என்று தேம்பித்தேம்பி அழுதாள். “அம்மா வரமாட்டாள்” என்றான் சுரேந்திரன்.

பிள்ளைகளை என்ன செய்வது என்று சுரேந்திரனும் செல்லையாவும் விவாதித்தார்கள். பிள்ளைகளை ஹாஸ்டலில் விடலாம் என்று சூடாமணி யோசனை சொன்னான். “வேண்டாம். கட்டுப்பாடு இல்லாமல் வளருவார்கள். பிரச்சினை வரும்” என்று செல்லையா கூறினார். கடைசியில் தூரத்து உறவுப் பெண் தாயம்மாளை வீட்டில் வைத்துக்கொள்வது என்று முடிவு செய்தார்கள். தாயம்மாளை அழைத்துவரும் பொறுப்பைச் செல்லையா ஏற்றுக்கொண்டார்.

சில நாட்களிலேயே தெருவுக்கும் உற்றார் உறவினர்களுக்கும் விஷயம் தெரிந்துவிட்டது. பிள்ளைகளுக்கு அன்றே விஷயம் தெரிந்துவிட்டது. அம்மா தன்னை விட்டு எப்படிப் போனாள் என்பதே வானவில்லுக்குப் பெரிய புதிராக இருந்தது. நாகராஜனுக்கு எப்போதும் வானவில்லைப் பிடிக்காது. அவளோடு ஏதாவது பிரச்சினை ஏற்படுத்திக்கொண்டிருப்பான். அவள் வாசலில் சாதாரணமாக நின்றால், உள்ளே போகச் சொல்வான். அவளைக் கண்காணிக்கும், கட்டுப்படுத்தும் நபராகத் தன்னை அவன் பாவித்துகொண்டான்.

போலீஸ்காரர்கள் வந்து அக்கம்பக்கத்தினரிடம் விசாரித்தார்கள். ஜெயக்குமாரையும் காணோம் என்பதால் அவனுடைய உறவினர்களிடமும் அவன் அலுவலகத்தைச் சேர்ந்தவர்களிடமும் விசாரணை நடத்தினார்கள். ஜெயக்குமாருடன் கலாவதி ஓடிப்போய்விட்டாள் என்பது பலருக்கும் தெரிந்த விஷயம்

ஆகிவிட்டது. தாயம்மாள் வந்து சமையல் பொறுப்பையும் பிள்ளைகளைக் கவனித்துக்கொள்ளும் பொறுப்பையும் ஏற்றுக்கொண்டாள்.

வானவில் பள்ளிக்கூடத்திற்கும் டியூஷனுக்கும் சைக்கிளில் சென்றுகொண்டிருந்தாள். இப்போது காரில் பள்ளிக்கூடத்திற்குச் செல்கிறாள். கணக்கு டியூஷனுக்கு நாகராஜன் இருசக்கர வாகனத்தில் அழைத்துச் சென்று திரும்பக் கூட்டிவருகிறான்.

ஜெயக்குமாருக்கு இந்தி தெரியும். ஏற்கெனவே சிறிது காலம் வட இந்தியாவில் கட்டுமான நிறுவனத்தில் பணிபுரிந்தவன். இப்போது கலாவதியுடன் மத்தியப் பிரதேசத்திலோ உத்தரப் பிரதேசத்திலோ இருப்பதாக வதந்தி இருக்கிறது. போலீஸ்காரர்களும் அவ்வளவு தூரம் சென்று தேடுதல் நடத்துவதற்கு விருப்பமில்லாதவர்களாக இருந்தார்கள். இந்த கேசை கடத்தல் என்ற கோணத்தில்தான் கொண்டுவர முடியும். ஆனால் கலாவதியே விரும்பிப் போனதாக அவள் எழுதிவைத்த கடிதம் மூலம் தெரிகிறது. கேஸ் நிற்காது. எனவே ஆர்வம் காட்டவில்லை. சுரேந்திரனுக்கும் எப்படியாவது தேடி கண்டுபிடித்துக் கொண்டுவர வேண்டும் என்ற எண்ணமில்லை. அவளை இங்கு கொண்டுவந்து என்ன செய்வது. அது பெரிய குழப்பத்தில் கொண்டுபோய் விட்டுவிடும் என்ற எண்ணம் இருந்ததால் அவனும் ஆர்வம் காட்டவில்லை.

வானவில்லுக்கு கணக்கு டியூஷனில் கணக்கு வாத்தியார் கணக்கு சொல்லித் தரும்போது விளங்குகிறது. ஆனால் இதே கணக்கை பள்ளிக்கூட வாத்தியார் பள்ளிக்கூடத்தில் நடத்தும்போது ஒன்றுமே புரியாமல் இருக்கிறது. அம்மா ஏன் எல்லோரையும் விட்டுவிட்டு ஜெயக்குமார் அங்கிளுடன் சென்றாள் என்பதும் வானவில்லுக்குப் புரியாததாகவே இருக்கிறது. கணவன், மகள், மகன், வசதிகள், உற்றார் உறவினர்கள், பழகிய இடங்கள் என்று எல்லாவற்றையும் விட்டுவிட்டுச் செல்ல என்ன காரணம் இருக்க முடியும். அப்படி என்ன ஈர்ப்பு அவரிடம் இருக்கிறது. காதல்தானா, காமம்தானா, ஒரு அணைப்புதானா, ஒரு முத்தம்தானா, ஒன்றும் புரியவில்லை வானவில்லுக்கு.

தனக்கு வசந்தன் மேல் ஏற்படுவது போன்ற உணர்வா அது என்று யோசித்தாள். வசந்தன் அவள் கூட கணக்கு டியூஷன் படிக்கும் மாணவன். வசீகரமான உடைகள் அணிபவன். தோற்றத்தில் கவர்ச்சிகரமானவன். அவனைப் பார்த்தால் வானவில்லுக்கு

கண்களை எடுப்பது சிரமமானது. அவன் அறியாமல் அவனைப் பார்ப்பது அவளுக்குச் சுவாரஸ்யமாக இருந்தது. தன் இடது கையில் சுண்டு விரல் இல்லாதது அவனுக்குத் தெரியக்கூடாது என்று மறைத்துக்கொள்வாள். கையை வெளித்தெரியாமல் அவள் எப்படி வைத்திருக்க முடியும்.

ஒருநாள் கணக்கு டியூஷன் வாத்தியார் உள்ளே சென்றிருந்தபோது, "உன் இடது கை நான்கு விரல்களோடு இருப்பது அழகா இருக்கு. புதுசான ஓவியம் மாதிரி இருக்கு" என்று வசந்தன் அவளிடம் சொன்னான். வானவில்லுக்கு ஆச்சரியமும் மகிழ்ச்சியும் ஏற்பட்டது. பொதுவாக இந்தக் குறைபாடு பற்றி வருத்தமாக விசாரிப்பவர்களையே அவள் பார்த்திருக்கிறாள். ஆனால் வசந்தன் இந்தக் குறையை அழகாகப் பார்க்கிறான்.

வசந்தனின் மேல் அவளுக்குப் பிரியம் கூடியது. அவன் மேல் ஏற்பட்ட உணர்வுகளுக்குக் காதல் என்று பெயர் சூட்டிக்கொண்டாள். வசந்தனுக்கு அவள் பேரழகி என்ற எண்ணம் இருந்தது. அதை அவளிடம் சொல்லவும் செய்தான். இடது கையைப் பார்த்துச் சொன்னான். "நீ பேரழகி. பேரழகிக்கு ஏதாவது குறை இருப்பது தேவைதான் போல. அது அழகைக் கூட்டும். குழந்தையின் கன்னத்தில் திருஷ்டிப் போட்டு வைப்பது போல." வானவில் பரவசமானாள். வசந்தன் அழகாக இருக்கிறான். அழகாகவும் பேசுகிறான்.

25

மத்திய பிரதேசம் இந்தூர் நகரின் விஸ்தரிப்புப் பகுதியில் உள்ள வீட்டில் கட்டிலில் படுத்திருந்தாள் கலாவதி. அவளுக்கு மகள், மகன் நினைவுகள் வந்துகொண்டே இருந்தன. எந்நேரமும் அந்நினைவுகள் இருப்பது போலவே உணர்கிறாள். எல்லோரையும் விட்டுவிட்டு வந்ததன் மர்மம் அவளுக்கு இன்னும் தெளிவாகாமல் இருக்கிறது. சுரேந்திரனைப் பற்றி நல்ல நினைவுகள் இல்லை. ஆனால் பிள்ளைகளை மறக்க முடியவில்லை.

ஜெயக்குமாரின் கும்மி ஆட்ட அசைவுகளில்தான் முதலில் அவன் வசப்பட்டாள். பிறகு பேசும்போது அவனது நகைச்சுவை உணர்வு. சிரித்த முகம், அன்பான பேச்சு, கோபப்படாத சிடுசிடுப்பு இல்லாத முகம், நல்ல நிறம் இவைதானா அவன் கூட வருமாறு தூண்டியது. அவனைக் காட்டிலும் வயது கூடியவள். தன்னைக் காட்டிலும் வயது குறைந்த ஆண் மீது பெண்களுக்குக் காதலும் தன்னைவிட மூத்த பெண் மீது ஆண்களுக்குக் காதலும் உருவாவது காமத்தின் ஒரு பண்பாக இருக்கலாம். அந்தக் காமத்தின் பண்புதான் இருவரையும் இணைத்ததா.

வாசலில் அழைப்பு மணிச் சத்தம் கேட்டது. சாவித் துவாரம் வழியாகப் பார்த்தாள். ஜெயக்குமார்தான் நிற்கிறான். கதவைத் திறந்தாள். ஜெயக்குமார் அவளை அணைத்துத் தள்ளிக்கொண்டு சென்று படுக்கையில் கிடத்தினான். முகத்தில் முத்தங்கள் தந்தான். "என்ன இன்னைக்கு சீக்கிரம் வந்துட்டிங்க" என்றாள்.

"உன் நினைவுதான் என்னை எங்கே வேலை பாக்க விடுது. வீட்டுக்குப் போ போன்னு சொல்லுது."

"ரொம்பத்தான் வழியாதிங்க."

"ஜாலியா இருக்கணும்னுதான் வந்தேன்."

"உங்களுக்கு எப்பவும் ஜாலி மூடுதான்."

சற்று நேரம் கழித்து அவன் நாற்காலியில் உட்கார்ந்து இருந்தான். அவள் கட்டிலில் உட்கார்ந்திருந்தாள். என்ன யோசனை" என்றான் ஜெயக்குமார்.

"இன்னைக்கி காலையிலே வானவில் நினைப்பு வந்துருச்சு. அந்தப் புள்ளை எப்படி இருக்கோ. அப்பா குடிகாரன். அவளோட அண்ணனுக்கு அவளைப் பிடிக்காது. அவள் அவ்வளவா விவரமான பிள்ளைன்னு சொல்ல முடியாது. அவ நெனைப்புதான் சமயங்கள்லே என்னை வதைக்குது."

"இது சகஜம்தான். இயற்கைதான். மகள் மேல் தாய் கொள்ளும் பாசம்தான். இப்படி வருத்தம் ஏற்படுறதை நீ என்கிட்டே சொல்றதும். நான் அதை சகஜமாக கேட்கிறதும்தான் நம்மிடையே உள்ள உறவுக்கு பலம். உனக்கு இங்கே ஆரம்பத்திலே யாரையும் தெரியாது. மொழி தெரியாது. என்னை நம்பி குடும்பத்தைத் துறந்து வந்திருக்கே. நான் உன்னை மதிக்கணும். பண்பா நடந்துக்கணும். கோபப்படக் கூடாது. உன் உணர்வுகளுக்கு மதிப்பளிக்கணும். உன்னைக் காதலிச்சுக்கிட்டே இருக்கணும்."

"உங்களை அறிஞ்சுதானே நான் குடும்பத்தைத் துறந்து வந்தேன். நீங்க பண்பானவர். அன்பானவர். எப்பவும் என்னைக் காதலிச்சுக்கிட்டே இருப்பவர்."

இருவரும் அமைதியானார்கள். "நாம தமிழ்நாட்டுக்கே போக முடியாதே" என்றாள் கலாவதி.

"ஆமாம் இப்போ அப்படித்தான். நீ லெட்டர் எழுதி வச்சிருக்கக் கூடாதுன்னு நெனைச்சேன். அதனாலே பரவாயில்லை. என்னன்னு அவங்களுக்குத் தெரியவிடாமல் நீ மாயமா காணாமப் போயிருந்தேன்னா அது பல யூகங்களுக்குக் கொண்டுபோயிருக்கும்."

"நான் தெரியட்டும்னுதான் நெனைச்சேன். உங்களையும் காணோம் என்னையும் காணோம்னா சுலபமா கண்டுபிடிச்சுருவாங்களே. போலீஸ் பிரச்சினை வேற வரும். என்னை யாரும் கடத்தலை. நானா விரும்பித்தான் போயிருக்கேன்னு ஒரு ஆதாரம் இருக்கட்டும்னு நெனைச்சேன். போலீஸ் கேஸ் நிக்காதுல்ல."

ஜெயக்குமார் அமைதியாகக் கேட்டுக்கொண்டிருந்தான். அவளுக்கு அந்த நேரத்தில் தோன்றியதைச் செய்திருக்கிறாள் என்று நினைத்தான்.

"நம்ம வாழ்க்கை இனி தமிழ்நாட்டுலே கிடையாது. அது நம்ம வாழ்க்கையிலே பெரும் குழப்பத்தை உருவாக்கும். எத்தனை தெலுங்குக் குடும்பங்கள். எத்தனை வடநாட்டுக் குடும்பங்கள் தமிழ்நாட்டுலேயே செட்டில் ஆகியிருக்காங்க. அது மாதிரி நாமும் இங்கேயே செட்டில் ஆக வேண்டியதுதான். வந்த புதுசுலே உனக்கு இந்தி சுத்தமா தெரியாது. இப்ப ஓரளவு தெரியுது. யாரையும் ஆரம்பத்துலே தெரியாது இப்ப ஆட்டோக்காரன்லேயிருந்து மளிகைக்காரன் வரை பலரையும் தெரியும். ப்ரெண்ட்ஸ்களும் உருவாகிட்டாங்க. தெருக்காரங்களோட பழகிட்டே. எனக்குச் சொந்தக்காரங்கன்னு யாரும் கிடையாது. ஒரு அக்கா இருந்தது. அதுக்குக் கல்யாணமாகி கனடாவிலே செட்டிலாயிருச்சுன்னு உனக்குத் தெரியும். எல்லா இடத்துலேயும் மனிதர்கள்தானே இருக்காங்க. வேற மொழி. அந்த மொழி தெரிஞ்சிருச்சுன்னா வித்தியாசம் இல்லை. எல்லோரும் ஒண்ணுதான்.

"நாளைக்கு டாக்டரைப் பாக்கணும்"

"ஏன் பாக்கணும்ங்கிறே."

"இல்லை. சந்தேகமா இருக்கு. டாக்டரைப் பாத்து கன்பர்ம் பண்ணிக்கலாம்."

"அப்படியா சங்கதி" என்று ஜெயக்குமார் கண்ணடித்தான்.

அவள் வெட்கப்பட்டாள். அவர்கள் இளங்காதலர்களாக மாறிவிட்டார்கள்.

26

வானவிலும் வசந்தனும் தங்களின் முயற்சி இல்லாமலேயே ஒரே கல்லூரியில் ஆங்கில இலக்கியப் பிரிவில் ஒரே வகுப்பில் படிக்க நேர்ந்தது. இருவரின் நேசமும் காதலும் கூடியது. இவ்வாறு ஒரே வகுப்பில் படிக்க நேரிடும் என்று இருவருமே நினைத்துப் பார்க்கவில்லை. டியூஷன் முடிந்த பிறகு இருவரும் பிரிய வேண்டும் என்ற சோகத்தில் இருந்தார்கள். கல்லூரியில் சந்தித்துக்கொண்டபோது இருவருக்கும் ஆச்சரியமும் ஆனந்தமும் ஏற்பட்டது.

வானவில்லைக் கல்லூரிக்குக் கொண்டுவந்து விடுவதற்கும் திரும்பக் கூட்டிவருவதற்கும் சுரேந்திரன் ஏற்பாடு செய்திருந்தார். நாகராஜன் சுதந்திரமாக இருசக்கர வாகனத்தில் தன் கல்லூரிக்குச் சென்று வந்தான். வீட்டில் தாயம்மாளின் கட்டுப்பாட்டில் வானவில் இருந்தாள். வாசலில் நிற்கக் கூடாது, ஜன்னல் வழியே பார்க்கக் கூடாது, போன் பேசுவது என்றால் யாருடன் பேசுகிறாள் என்பதைச் சொல்ல வேண்டும் என்று பல கட்டுப்பாடுகள். தாயம்மாள் கிராமத்திலிருந்து வந்தவள். நடுத்தர வயது. வலுவான உடல் கொண்டவள். மகளுக்குத் திருமணம் செய்து கொடுத்துவிட்டாள். கணவன் இறந்துவிட்டான். கொஞ்சம் நிலம் இருந்தது. அதில் ஏதாவது பயிரிடுவாள். தாயம்மாளை வீட்டைப் பராமரிக்க நியமிப்பது என்று சுரேந்திரன் முடிவு எடுத்தபோது வானவில்லை ஒழுங்காகக் கட்டுப்பாடுடன் கவனித்துக்கொள்ள வேண்டும் என்று கூறியிருந்தார்.

வேலைக்காரியாகத்தான் தாயம்மாள் வந்தாள். மனைவியின் துணை இல்லாத சுரேந்திரன் பின் மதியத்தில் குடிபோதையில் வந்தபோது அவருக்கு உடன்பட்டாள். அவ்வப்போது இருவரும் உடல் ரீதியாகச் சேர்வது பழக்கமாயிற்று. அவளது நடை உடை பாவனையிலும் வானவில்லுக்கு வித்தியாசம் தெரிந்தது. முன்பு சோபாவில் உட்காரமாட்டாள். இப்போது சுரேந்திரன் இல்லாதபோது சோபாவில் உட்காருகிறாள். டி.வி. போட்டுப் பார்க்கிறாள்.

நாகராஜன் ஆபாசப் படங்கள் பார்த்துக்கொண்டு காலிப் பையன்களுடன் நட்பு வைத்துக்கொண்டு ஊரைச் சுற்றிக்கொண்டிருக்கிறான். ஒருநாள் அவன் குடித்துவிட்டு வந்ததை வாசனையால் தாயம்மாள் உணர்ந்தாள். அதை சுரேந்திரனிடம் சொல்லிவிட்டாள். தானாகத் தெரிந்த மாதிரி காட்டிக்கொண்டு சுரேந்திரன் அன்று நாகராஜனைப் பிரம்பால் அடித்தான். தாயம்மாள் ஒருவகையில் எஜமானியும்கூட என்று நாகராஜனும் உணர்ந்திருந்தான்.

செல்லையாவின் மகன் சூடாமணிக்கு வானவில் மேல் ஆர்வம் இருந்தது. அவளை வருங்காலத்தில் திருமணம் செய்துகொள்ள வேண்டும் என்ற எண்ணம் அவனுக்கு இருந்தது. சுரேந்திரன் இல்லாத நேரம் அவன் வீட்டுக்கு வருவான். வானவில்லிடம் பேச்சுக் கொடுப்பான். அவளுக்கு அவனைப் பிடிக்காது. அவன் பழகும் விதமும் தோற்றமும் அவளுக்கு ஒவ்வாமையை ஏற்படுத்தியிருந்தது. சூடாமணிக்கு வானவில் மீது ஆசை இருப்பதை அவன் நடந்துகொள்ளும் விதத்தில் தாயம்மாளும் அறிந்திருந்தாள். சூடாமணி வீட்டுக்கு வந்தால் அவனை அவள் கண்காணித்துக்கொண்டிருப்பாள். அவளுக்கும் அவனைப் பிடிக்காது. அவன் கெட்ட குணமுடையவன் என்று தாயம்மாள் கணித்திருந்தாள்.

கல்லூரிக்குக் கட் அடித்துவிட்டு வானவில்லும் வசந்தனும் தனியே சந்தித்துக்கொண்டார்கள். அவ்வாறு சந்திக்கும்போது தெரிந்தவர்கள் யாராவது பார்த்துவிடுவார்களோ, சுரேந்திரனுக்குத் தகவல் போய்விடுமோ என்று வானவில் பயப்பட்டாள். வசந்தனின் பின்னணி பற்றி அறிந்துகொண்டாள். அவனின் தந்தை ரயில்வேயில் வேலை பார்க்கிறார். தாய் வீட்டைப் பராமரிக்கிறாள். ஒரு தங்கை படித்துக்கொண்டிருக்கிறாள்.

வசந்தனுக்கும் வானவில்லுக்கும் தனியாக இருக்கும்போது மனக்கிளர்ச்சி ஏற்படும். அவளை அவன் தொட்டிருக்கிறான். முத்தமிட்டிருக்கிறான். அணைத்திருக்கிறான். அவள் முகத்தில் ஏற்படும் பரவசத்தைப் பார்த்து ரசித்திருக்கிறான். சுரேந்திரனுக்குத் தெரிந்தால் நடக்கப்போவதை நினைத்து வானவில் பயந்தாள். பயத்திலும் கிளர்ச்சியிலும் தூக்கம் சரியாக வருவதில்லை.

27

பின்னால் வானவில் உட்கார்ந்திருக்க வசந்தன் இருசக்கர வாகனத்தை ஓட்டிக்கொண்டிருந்தான். வானவில் தலையைத் துப்பட்டாவில் சுற்றியிருந்தாள். அவன் உற்சாகமாக ஓட்டிக்கொண்டிருந்தான். வானவில் அவன் காதருகே அடிக்கடி ஏதோ கிசுகித்துக்கொண்டிருந்தாள்.

வாகனத்தை லாகவமாக ஓட்டிச் சென்றுகொண்டிருந்தான். தலையில் போட்டிருந்த துப்பட்டா தன்னை மறைத்துவிடும் என்று வானவில் நினைத்தாள். அவளை அறிந்திருந்தவர்கள் யாரும் பார்த்தால் அவளைக் கண்டுகொள்வார்கள். ஆனால் அவளை அறிந்தவர்கள் யாரும் வாகனத்தின் பின்னால் அவள் உட்கார்ந்து செல்வதைப் பார்க்கவில்லை. உற்சாகமாக வாகனத்தை ஓட்டிக்கொண்டிருந்த அவன் பிரேம விலாஸ் ஹோட்டல் அருகே ஒரு காட்சியைப் பார்த்தான். நின்றுகொண்டிருந்த இருசக்கர வாகனத்தில் ஒருவன் உட்கார்ந்திருக்க, அந்த வாகனத்தின் அருகே நின்றிருந்த அவனின் மனைவி அழுதுகொண்டிருந்தாள். அவளை அவன் திட்டிக்கொண்டிருப்பது தெரிந்தது. அதை கவனித்த நொடியில் வசந்தனின் சிந்தனையிலும் கவனத்திலும் மாறுதல் ஏற்பட்டது. எதிரே வந்துகொண்டிருந்த லாரியின் மீது வசந்தனின் இருசக்கர வாகனம் மோதியது. வசந்தன் ஸ்தலத்திலேயே இறந்தான். வானவில் விபத்தில் சற்றுத் தள்ளி விழுந்து காயமடைந்தாள். கூட்டம் கூடியது. போலீஸ்காரர்கள் வந்தார்கள். வானவில் அவன் நசுங்கிக் கிடப்பதைப் பார்த்து அழுதாள். வலது காலில் அடி. அசைக்க முடியவில்லை. பக்கத்திலிருந்த மருத்துவமனையிலிருந்து டாக்டரை போலீஸ்காரர் அழைத்து வந்தார். வசந்தன் இறந்ததை அவர் உறுதி செய்தார் வானவில்லுக்குக் கையில் ரத்தக்காயம் இருந்தது. காலில் எலும்பு முறிவு ஏற்பட்டிருக்கலாம் என்று டாக்டர் சொன்னார். வசந்தனை மார்ச்சுவரிக்கும் வானவில்லை அரசாங்க மருத்துவமனைக்கும் கொண்டுசென்றார்கள்.

விபத்து விவரமும் அதில் சென்றவர்கள் விவரமும் பகிரங்கமாகிவிட்டது. போலீஸ் ஸ்டேஷனிலிருந்து சுரேந்திரனுக்குத் தகவல் சொன்னார்கள். அவன் அதிர்ந்து

போனான். வசந்தனும் வானவில்லும் காதலர்கள் என்று போலீஸ்காரர்கள் சுரேந்திரனிடம் சொன்னார்கள். சுரேந்திரன் அரசாங்க மருத்துவமனைக்கு வந்து வானவில்லைப் பார்த்தான். கூட மாமா செல்லையாவும் வந்திருந்தார். கோபத்தில் வானவில்லைப் பார்த்ததும் திட்டினான். அங்கிருந்தவர்கள் வேடிக்கைப் பார்த்ததைப் பார்த்த செல்லையா, சுரேந்திரனை சமாதானப்படுத்தினார். வானவில்லை அரசாங்க மருத்துவமனையிலிஇருந்து தனியார் மருத்துவமனைக்கு மாற்ற சுரேந்திரன் ஏற்பாடு செய்தான். மனைவியும் சரியில்லை, மகளும் சரியில்லை என்று மாமாவிடம் சுரேந்திரன் ஆத்திரப்பட்டான்.

பத்திரிகைகளில் வசந்தன், வானவில் புகைப்படத்துடன் செய்தி வந்தது. வானவில்லைப் பொறுத்தவரை அவளின் கற்பனைகள் அனைத்தும் நொறுங்கின. வாழ்க்கையும் சீரழிந்துவிட்டதாக நினைத்தாள். ‘ஆறுதல் சொல்ல அம்மாவும் இல்லை, அப்பாவோ எதையும் கேட்கும் நிலையில் இல்லை’ என்று தனக்குத்தானே வருந்தினாள். காதலனோ கண்முன்னாலேயே இறந்துவிட்டான்.

வானவில்லுக்குக் கைக்காயங்களுக்கு மருந்தும் கால் எலும்பு முறிவு என்பதால் மாவுக் கட்டும் போட்டிருந்தார்கள். ஒரு கட்டத்தில் மருத்துவமனையிலிருந்து டிஸ்சார்ஜ் செய்யப்பட்டாள். வீட்டுக்கு வந்தபின் தினசரி சுரேந்திரனின் திட்டை வானவில் கேட்டாள். வானவில்லைச் சரியாக பார்த்துக்கொள்ளவில்லை என்று தாயம்மாளையும் சுரேந்திரன் திட்டினான். வீட்டை விட்டு எங்காவது ஓடிப் போகலாமா என்று வானவில் அடிக்கடி நினைப்பாள். வீட்டுச் சூழ்நிலை அவளைப் பொறுத்தவரை மோசமானதாக இருந்தது. சுரேந்திரன் மட்டுமல்ல, அண்ணன் நாகராஜனும் அவளைத் திட்டினான். ‘செல்ல இடமில்லை, இந்த நரகத்திலேயே கிடக்கவேண்டியதுதான்’ என்று அவள் நினைத்தாள்.

சுரேந்திரனுக்கு இனிமேல் வானவில்லுக்குத் திருமணம் செய்து கொடுப்பது இயலாத காரியம் என்று தோன்றியது. தாய் ஒருத்தனுடன் ஓடிவிட்டாள். மகளோ காதலனுடன் சென்று, விபத்திற்குள்ளாகி காதலன் இறந்துவிட்டான். வானவில்லுக்கு உடல்நிலை சரியான பின் அவளை யாருக்காவது திருமணம் செய்து கொடுத்துவிட வேண்டும் என்று சுரேந்திரனுக்கு நினைப்பு ஏற்பட்டது.

28

வானவில் தன் வயிற்றில் கரு உருவாகிவிட்டதை அறிந்து விட்டாள். அவளுக்குப் பெரிய அதிர்ச்சியாக இருந்தது. 'திருமணமாகவில்லை. குழந்தை பெற்றுக்கொண்டால் என்ன ஆகும்' என்று நினைக்கும்போதே அவளுக்குப் பயமாக இருந்தது. அந்தப் பிரச்சினையைச் சமாளிக்கும் வழியும் அவளுக்குத் தெரியவில்லை.

தாயம்மாளிடம் வயிற்றில் வலி இருப்பதாகக் கூறினாள். தாயம்மாள் சுரேந்திரனிடம் கூறினாள். சுரேந்திரன் பெண் டாக்டரிடம் அழைத்துச் செல்லக் கூறினார். அதுவாகவே தெரியட்டும் என்று வானவில் நினைத்தாள். மருத்துவமனைக்கு அழைத்துச் சென்றாள். முக்கியமான மருத்துவமனை. தெய்வானை என்ற டி.ஜி.ஓ. டாக்டர் பெயரை வானவில் போர்டில் பார்த்தாள். அவரிடம் செல்ல முடிவெடுத்தாள். பலவிதமான நோய்களுக்கும் பலவிதமான டாக்டர்கள். சூழ்நிலை இதமாக இருந்தது. டாக்டர் பரிசோதித்த பின் தான் கருவுற்றிருப்பது தெரிந்துபோகும். தாயம்மாளுக்கும் தெரிந்துவிடும். அவளை நயந்துகொள்ள வேண்டும். தாயம்மாளிடம் மறைக்க முடியாது. மறைத்தாலும் அதனால் ஏதும் பயனில்லை. நடப்பது நடக்கட்டும் என்று வானவில் நினைத்தாள். படபடப்பாக இருந்தது.

டாக்டர் தெய்வானை பரிசோதித்தார். கரு உண்டாகியிருப்பதை அவள் அறிந்தார். வானவில்லிடம் "கங்கிராஜுலேசன்" என்று கூறினாள். வானவில் பொய்யாகச் சிரித்தாள். பிறகு கூறினாள், "இன்னும் எனக்குத் திருமணமாகவில்லை."

"அய்யோ இது என்ன விபரீதம். அப்பா அம்மா கிட்டே எப்படி சொல்வே. கரு வளர்ந்த நிலையில் கலைக்க முடியாது. கலைப்பது சரியும் இல்லை. கூட வந்திருப்பது யார்."

"அவர் எங்கள் வீட்டைப் பராமரிக்கிறார். சமையலிலிருந்து பல வேலைகளைச் செய்கிறார். எனக்கு அம்மா இல்லை. அப்பா மட்டும் இருக்கிறார். என் தலையெழுத்துப்படி நடக்கட்டும்."

"இதுக்கு யார் காரணம். அவர் இருப்பாரே."

"அவர் விபத்தில் இறந்துவிட்டார். என் நிலைமை பரிதாபமாக உள்ளது. எனக்கே என்னைப் பார்த்தால் அப்படித்தான் தெரியுது. என்ன செய்றது." வானவில்லின் கண்களில் நீர் வழிந்தது.

"அழாதே. எப்படியும் வெளியே சொல்லித்தான் ஆகணும். அது என் கடமை."

இருவரும் பரிசோதனை அறையிலிருந்து வெளியே வந்தார்கள். கண்களில் வழியும் நீருடன் வானவில் வருவதைப் பார்த்த தாயம்மாளுக்கு எதுவும் விளங்கவில்லை. ஏதாவது பெரிய தீர்க்கமுடியாத நோய் வந்திருக்கும் போலிருக்கிறது என்று நினைத்துக்கொண்டாள்.

டாக்டர் தாயம்மாளிடம், "நீங்க யார்" என்று கேட்டாள்.

"இந்த பெண்ணுக்கு அம்மா இல்லை. நான்தான் வீட்டைப் பார்த்துக்கிறேன். என்னிடம் நீங்க உண்மையைச் சொல்லலாம். கேன்சர் மாதிரி ஏதாவது பெரிய நோயா."

"இல்லை இது மாசமா இருக்கு."

"மாசமா இருக்கா. இதுக்கு இன்னும் திருமணமே ஆகலேயே. சரியாப் பார்த்தீங்களா."

"என்னம்மா நாங்க டாக்டர். தப்பா பாக்குறதுக்கு என்ன இருக்கு. மாசமாதான் இருக்கு."

வானவில்லை தாயம்மாள் பார்த்தாள். வானவில் தலையாட்டினாள்.

"என்ன சொல்றே. குடியைக் கெடுத்துட்டியே. உங்க அப்பாவுக்கு என்ன பதில் சொல்றது. உன்னைக் கொன்னுருவாரே."

வானவில் அழ ஆரம்பித்தாள். தெய்வானை, "கலங்காதிங்க. இந்தக் காலத்துலே இப்படியெல்லாம் சகஜமா நடக்குது. வீட்லே சொல்லித்தான் ஆகணும்" என்று தாயம்மாளிடம் சொன்னாள்.

"கலைக்க முடியுமா" என்று கேட்டாள் தாயம்மாள்.

"இல்லை. கலைக்க முடியாது. கரு வளர்ந்துருச்சு. கலைக்கிறது முடியாது. குழந்தையைக் கொல்ற மாதிரி. உயிருக்கும் ஆபத்து" என்றாள் டாக்டர்.

தாயம்மாளும் வானவில்லும் டாக்டர் அறையை விட்டு வெளியே வந்தார்கள்.

"என்னம்மா இப்படி பண்ணிட்டே. உங்க அப்பா கிட்டே என்ன சொல்றது."

"அப்பா கிட்டே உண்மையைச் சொல்லியிருங்க. அப்பா என்னை அடிக்காம நீங்கதான் காப்பாத்தணும்."

"நான் பக்குவமா சொல்லிப் பார்க்கறேன். புள்ளத்தாச்சியை அடிக்கலாமா. அது குழந்தையை அடிக்கிற மாதிரி. கடவுள்தான் உன்னைக் காப்பாத்தணும். எவ்வளவு கஷ்டம்."

இருவரும் மருத்துவமனையை விட்டு வெளியே வந்தார்கள். எப்படி இந்த விஷயத்தை சுரேந்திரனிடம் சொல்வது என்று தாயம்மாள் யோசித்துக்கொண்டிருந்தாள்.

29

சுரேந்திரன் கட்டிலில் படுத்திருந்தான். பிளாஸ்டிக் நாற்காலியில் உட்கார்ந்து சுரேந்திரனின் காலை தாயம்மாள் அமுக்கிவிட்டுக்கொண்டிருந்தாள். அவன் போதையிலும் காலைப் பிடித்துவிடுவதால் ஏற்படும் சுகத்திலும் கண்களை மூடியிருந்தான்.

"வானவில்லை ஆஸ்பத்திரிக்குக் கூட்டிப் போனியே. டாக்டர் என்ன சொன்னாரு."

"அய்யா... தப்பா நினைச்சுக்காதிங்க. கோபப்படாதிங்க. வயசுப்பிள்ளை தெரியாம பண்ணிட்டா. அந்தப் பையனும் செத்துப் போயிட்டான்."

"என்ன மூடு மந்திரம் மாதிரி சொல்றே."

"இல்லிங்க அய்யா. இந்த விஷயத்தை பட்னு சொல்ல முடியாது. உங்களுக்கு அதிர்ச்சியா இருக்கும். வானவில் மாசமா இருக்கா."

"என்னது" என்று சொல்லிக்கொண்டே சுரேந்திரன் படுக்கையிலிருந்து எழுந்தான்.

"அதான் நான் சொன்னேன். கோபப்பட்டு எதுவும் ஆகப்போறல்லை. பொறுமையா அடுத்து என்ன செய்றதுன்னு யோசிக்கணும்."

"அவ ஆத்தா புத்திதானே இவளுக்கும் இருக்கும். என் மானத்தை வாங்குறதுக்குன்னே ஆத்தாவும் மகளும் வந்துருக்காளுக."

"அய்யா கோபப்படாதிங்க. நீங்க படுங்க. நான் காலை அமுக்கிவிடறேன்."

"கருவை அழிக்க முடியாதா."

"டாக்டர் நாள் கடந்துருச்சுன்னு சொல்றாங்க."

"அவளுக்குத் தெரியாமலா இருக்கும். முன்னாலே சொல்லியிருக்கலாம்லே. இப்ப முத்திப்போனப்புறம் சொல்றா. எல்லாம் கொழுப்பு. தூக்கிப் போட்டு மிதிக்கணும்."

"அய்யா அப்படி எதுவும் செஞ்சுறாதிங்க. புள்ளத்தாச்சி. குழந்தை வயித்துலே இருக்கு. கலங்கியிருச்சுன்னா பெரிய பாவம். வம்சத்துக்கும் பாவம் தொடரும்."

சுரேந்திரன் அழுவது போல் இருந்தான். மனதுக்குள் அழுதுகொண்டிருந்தான்.

"அய்யா எனக்கு ஒரு யோசனை தோணுது. சொல்லலாமா."

"சொல்லு."

"வானவில்லுக்கு இன்னும் திருமணமாகலை. கருவுக்குக் காரணமானவன் செத்துப்போயிட்டான் உயிரோட இருந்தா புடிச்சு கட்டி வச்சி மானத்தைக் காப்பாத்தலாம். இப்ப வெயித்தத் தள்ளிக்கிட்டு திருமணமாகாத பிள்ளை வெளியே போக முடியுமா. அதனாலே எனக்கு ஒரு யோசனை தோணுது. சிங்காரபுரத்துலே ஒரு வீடு வாடகைக்குப் பாருங்க. நானும் வானவில்லும் அங்கே இருக்கோம். உங்க பேர் வராம பாத்துக்கோங்க. வானவில்லுக்குத் துணையா நான் இருந்து பாத்துக்கிறேன். செலவை நீங்க கவனிச்சுக்கோங்க. கடைசி நேரத்துலே கிறிஸ்துவ மிஷனரி ஆஸ்பத்திரிக்குக் கொண்டுபோய் பிரசவத்துக்குச் சேப்போம். குழந்தை பிறந்த ரெண்டு மூணு நாள்லே குழந்தையை விட்டுட்டுப் போயிருவோம். அவங்க ஏதாவது அனாதை இல்லத்தில் சேத்து காப்பாத்தியிருவாங்க. சிங்காரபுரத்துலே உங்க மகளை நான் என்னோட மருமகள்னு சொல்லிக்கறேன். மகன் விபத்துலே இறந்துட்டதா சொல்றேன். எனக்கு அந்த ஊர் புதுசு. என்னை அந்த ஊர்லே யாருக்கும் தெரியாது. நாம வெளியே எங்காவது சந்திச்சுக்குவோம். ரிஸ்குதான். ஆனா ரிஸ்க் எடுக்கத்தான் வேணும். அப்புறம் கொஞ்ச நாள் கழிச்சு அவளைக் கட்டிக் கொடுப்போம். உங்க மாமா பையன் சூடாமணிக்கு கட்டிக்கொடுத்தா என்ன."

"சூடாமணி சரியில்லாத ஆளு. சொத்தைக் கைப்பத்தணும்னு பார்ப்பான். தவிர வானவில் இந்த ஊர்லே இருக்குறது நல்லதில்லே. குழந்தையைத் தேடிப் போயிருவா. அமெரிக்கா மாதிரி வெளிநாட்டுலே இருக்குற ஒருத்தனைப் பாத்துக் கட்டிவைக்கிறதுதான் நல்லது. மாப்பிள்ளை விவாகரத்து வாங்குனவரா இருந்தாலும் மனைவியை இழந்தவரா இருந்தாலும் பரவாயில்லை. கட்டிக்கொடுத்து வெளிநாட்டுக்கு அனுப்பியிரணும். அப்பத்தான் பிரச்சினை இல்லாம இருக்கும்.

முதல் காரியமா சிங்காரபுரத்துலே உனக்கு வீடு பாக்கச் சொல்றேன். மத்த விஷயங்களை அடுத்தடுத்து செய்வோம். உனக்கு நடுத்தர வயதானாலும் நாட்டுக் கட்டை மாதிரி இருக்கே. இந்தக் கலாவதியைக் கட்டிச் சீரழிஞ்சதுக்கு உன்னைத் திருமணம் பண்ணியிருக்கலாம். நானும் நல்லா இருந்திருப்பேன். நீயும் நல்லா இருந்திருப்பே."

"கடந்து போன வாழ்க்கையை இப்ப நெனைச்சு என்ன பண்ண."

"நீ என்ன படிச்சிருக்கே. நல்லா பேசுறே. ஐடியா சொல்றே. நீ இல்லைனா இந்த விஷயத்தை என்ன செய்றதுன்னு தெரியாம குழம்பிப் போயிருப்பேன். மன உளைச்சலா ஆயிருக்கும்."

"நான் எஸ்.எஸ்.எல்.சி. வரைக்கும் படிச்சிருக்கேன். பாஸ் பண்ணிட்டேன். எங்க ஊர்லே லைப்ரரியிலே புத்தகம் வாசிக்கிற பழக்கம் எனக்கு இருந்துச்சு."

"நான் வானவில்லைப் பார்க்கிறப்ப என்ன பேச. அவளைக் கண்டிக்கணும்லே."

"அய்யா நீங்க ஒண்ணும் கேட்க வேணாம். அது ஏதாவது சொன்னா வளர்ந்துக்கிட்டே போகும். ஆகவேண்டிய வேலையை மட்டும் கவனமா செய்ங்க."

"எனக்கு ஆலோசனை சொல்ல ஆளில்லாம கிடந்தேன். என் நல்ல காலம். நீ வந்து சேர்ந்தே."

30

"தாயம்மா அக்கா ஏன் என்னை இங்கே கொண்டு வந்திருக்கிங்க. புது இடம். புது ஊரு. என்னையும் என் பிள்ளையையும் என்ன செய்ய நெனைச்சுருக்கிங்க" என்றாள் வானவில்.

"இந்தா பாரும்மா எல்லாம் உன் நன்மைக்குத்தான். நான் இல்லைன்னா உங்க அப்பா உன்னை என்ன செஞ்சுருப்பார்னு எனக்குக் கற்பனை பண்ண முடியலை. உனக்குத் திருமணமாகலை. நீ உன்னோட அப்பா வீட்லே இருந்தா வெளியே நடமாட முடியாது. வயிறு உன்னை காட்டிக் கொடுத்திரும். அதனாலே இங்கே வந்திருக்கோம். உனக்கோ உன் குழந்தைக்கோ ஒரு ஆபத்தும் ஏற்படாது. நீ என்னோட மருமகள்னு சொல்லி வைச்சிருக்கேன். மகன் விபத்தில் இறந்துட்டான்னு சொல்லி வைச்சிருக்கேன். உன் குடும்பத்தைப் பத்தி எதுவும் கேட்டா எதுவும் சொல்லாதே. சொந்த ஊரு பெங்களூர்னு சொல்லிக்க. அதுவும் தவிர்க்க முடியாத நேரத்துல. உனக்கு சுகப்பிரசவம் நடக்கணும்ங்கிறதுதான் என் ஆசை."

"விபத்துலே புருஷன் இறந்துட்டா என் அப்பா, அம்மா வீட்லே இருக்கணும்னு தானே மத்தவங்க நெனைப்பாங்க."

"உன் அம்மா உயிரோடு இல்லைன்னு சொல்லியிருக்கேன். உன் அப்பா மலேசியாவிலே இருக்கார். அவர் பணம் அனுப்புறார்னு சொல்லியிருக்கேன்."

"என் அப்பா பெயர் என்ன."

"உன் அப்பா பேரு ராமச்சந்திரன். மலேசியாவிலே கோலாலம்பூர்லே சின்னதா ஒரு மெஸ் வைச்சு நடத்தறார்."

"நீங்க கதை எழுதுவீங்களா."

"இல்லை. ஆனா கதைப் புத்தகம் படிப்பேன். இந்தா பாரு. இந்தப் பை நிறைய புத்தகங்கள்தான் இருக்கு."

நாடகத்தில் ஒரு கதாபாத்திரமாகத் தான் மாறியிருப்பதாக வானவில்லுக்குத் தோன்றியது. இயக்குனர் தாயம்மாள்,

தயாரிப்பாளர் சுரேந்திரன் என்று நினைத்துக்கொண்டாள். வீடு சிறிதாக அழகாக இருந்தது. சகல வசதிகளும் இருந்தன. பின்னால் சிறிய தோட்டம் இருந்தது. இரண்டு தென்னை மரங்கள், எலுமிச்சை மரம், பப்பாளி மரம், மிளகாய்ச் செடிகளும் தக்காளிச் செடிகளும் இருந்தன. வெண்டைக்காய்ச் செடிகளும் இருந்தன. வானவில் இப்போதுதான் இந்தச் செடிகளை வாழ்க்கையில் முதன்முறையாகப் பார்க்கிறாள். வெண்டைக்காய், மிளகாய், தக்காளி செடிகளையும் எலுமிச்சை மரத்தையும் பார்த்தபோது அவள் மகிழ்ச்சி அடைந்தாள். தினமும் ஹோஸ் மூலம் செடிகளுக்கும் மரங்களுக்கும் தண்ணீர் ஊற்றியபோது அவள் மிகுந்த மனநிறைவும் உற்சாகமும் அடைந்தாள். இந்த வீட்டிலேயே தாயம்மாள் துணையுடன் குழந்தையுடன் இருந்துவிட்டால் நல்லது என்று நினைத்தாள். இந்த நாடகத்தின் தயாரிப்பாளர், இயக்குனர் ஆகியோரின் ஸ்கிரிப்ட் வேறு மாதிரி இருக்கும் என்று நினைத்தாள்.

இந்த வீட்டில் இருப்பதை ஒருவகையில் நிம்மதியாக வானவில் உணர்ந்தாள். அப்பா, அண்ணன் தொல்லை இல்லை. நல்ல சூழல் இருக்கிறது. தாயம்மாளை வீட்டுப் பணியாள் என்றுதான் ஆரம்பத்தில் நினைத்திருந்தாள். சுரேந்திரனின் முடிவுகளில் அவளுக்குப் பங்கு இருப்பதை அவள் போகப்போக அறிந்தாள். சுரேந்திரனுக்கும் தாயம்மாளுக்கும் தொடர்பு இருப்பதாக அவள் நினைத்தாள்.

தாயம்மாள் வெளியே செல்லும்போது கதவைப் பூட்டிச் சாவியை எடுத்துச் சென்றுவிடுவாள். அதிக நேரம் கழித்து வந்தால் சுரேந்திரனைச் சந்திக்கச் சென்றிருக்கிறாள் என்று பொருள். பலசரக்குக் கடையில் லிஸ்ட்டைக் கொடுத்தால் கடைக்காரப் பையன் பலசரக்குப் பொருட்களைக் கொண்டுவந்து வைத்துவிடுவான். காய்கறிகள் விற்கும் பெண் இரண்டு நாளுக்கு ஒருமுறை வீட்டுக்கு வந்து காய்கறிகளைக் கொடுப்பாள்.

சாயந்தரம் ஜன்னலோரம் நாற்காலியைப் போட்டு ஜன்னல் வழியாகச் சாலையைப் பார்த்தவாறு வானவில் உட்கார்ந்திருப்பாள். தாயம்மாளிடம் சொல்லி சில மலர்ச் செடிகளை வாங்கிப் பின்னால் உள்ள தோட்டத்தில் வைத்தாள். ரோஜாச் செடிகளும் இருந்தன. இந்தச் செடிகளுக்கு உரம் வாங்கித் தாயம்மாள் போட்டாள். செடியில் ரோஜா மலரும் பூத்தது. தக்காளியைப் பறித்துக் கழுவி அதை வெட்டி, அதில்

ஜீனியைப் போட்டுச் சாப்பிடுவாள். எலுமிச்சையைப் பிடுங்கி லெமன் ஜூஸாக்கிச் சாப்பிடுவாள். பப்பாளியும் சாப்பிட்டாள். தென்னை மரங்களில் ஆள் வைத்துத் தேங்காய் பிடுங்கி வைத்துக்கொள்வார்கள். காலையில் ரோஜாச் செடியைப் பார்த்துக்கொண்டு உட்கார்ந்திருப்பாள்.

தாயம்மாளும் வானவில்லும் ஒருவர் மேல் ஒருவர் பாசமாக இருந்தார்கள். குழந்தை பிறந்ததும் மருத்துவமனையில் குழந்தையை விட்டுவிட்டுச் சென்றுவிட வேண்டுமே என்று நினைத்தபோது தாயம்மாளுக்குக் கவலை ஏற்பட்டது. வானவில்லைக் குழந்தையிடமிருந்து பலவந்தமாகப் பிரிக்க வேண்டியிருக்கிறது என்று கவலையும் இருந்தது.

சுரேந்திரன் வீட்டில் வானவில்லைக் காணாதது பற்றி அக்கம்பக்கத்தில் உள்ளவர்கள் கேட்பார்களே என்று யோசித்து, வானவில் பெங்களூரில் ஹாஸ்டலில் தங்கிப் படித்துக்கொண்டிருக்கிறாள் என்று அக்கம்பக்கத்தார் கேட்டால் சொல்லுமாறு தாயம்மாள் சுரேந்திரனிடம் சொல்லியிருந்தாள். சுரேந்திரனும் அவ்வாறே சொல்லி மற்றவர்களை நம்ப வைத்திருந்தான்.

வானவில் மகிழ்ச்சியாக இருந்தாள். வயிறு பெரிதாகிக்கொண்டிருந்தது. குழந்தை வளர்ந்துகொண்டிருந்தது.

31

சுரேந்திரன் கார் ஓட்டிக்கொண்டிருந்தான். பின் சீட்டில் தாயம்மாளும் பிரசவ வலியுடன் வானவில்லும் இருந்தார்கள்.

"வானவில் கொஞ்சம் பொறுத்துக்கம்மா. அய்யா... சீக்கிரமா மிஷனரி ஆஸ்பத்திரிக்குக் கொண்டுபோகணும். பனிக்குடம் ஒடஞ்சா சிக்கல். பார்த்து வண்டியை ஓட்டுங்க" என்றாள் தாயம்மாள்.

வானவில் வலியால் கத்திக்கொண்டிருந்தாள். சுரேந்திரன் பதட்டத்துடன் காரை ஓட்டிக்கொண்டிருந்தான். ரோடு சரியில்லாமல் இருந்தது. காருக்குள் பிரசவம் ஏற்பட்டால் என்ன செய்வது என்று பயந்துகொண்டே காரை ஓட்டினான். மிஷனரி மருத்துவமனையை அடைந்தார்கள். ஒரு நர்ஸ் வானவில்லை அணைத்து அழைத்துச் சென்றாள். லேடி டாக்டர் வந்து பார்த்தார்.

"குழந்தை பொறக்கற நேரம் நெருங்கியிருச்சு. லேபர் வார்டுக்கு உடனே கொண்டு போகணும்" என்றார் டாக்டர்.

நர்ஸ் வானவில்லை அணைத்து படுக்கையிலிருந்து ஸ்ட்ரெச்சரில் படுக்க வைத்தாள். நர்ஸின் புறங்கைகளில் பாம்புப் படம் பச்சை குத்தப்பட்டிருந்தது. அவளின் வலது கண்ணுக்குக் கீழே மரு இருந்தது. வானவில்லின் இடது கையில் சுண்டு விரல் இல்லாததையும் அவள் நெற்றியில் பெரிய தழும்பு இருப்பதையும் நர்ஸ் பார்த்தாள்.

குழந்தை பிறந்துவிட்டது. குழந்தை அழும் சத்தம் கேட்டது. சற்று நேரத்தில் குழந்தையைக் கொண்டுவந்து காட்டினார்கள். ஆண் குழந்தை. தாயம்மாள் கைகளில் குழந்தையை வாங்கி சுரேந்திரனிடம் கொடுத்தாள். 'பேரன் பிறந்திருக்கிறான். பெரிய கொண்டாட்டமாக இருக்கவேண்டிய நிகழ்வு. ஒளிந்து மறைந்து இந்நிகழ்வு நடக்கிறது. அடுத்தாற் போல் இரண்டு மூன்று நாட்கள் கழித்துக் குழந்தையைக் கைவிட்டுச் செல்ல வேண்டுமே' என்று சுரேந்திரனுக்கு வருத்தமாக இருந்தது.

சில மணிநேரம் கழித்துத் தாயையும் சேயையும் அழைத்துகொண்டு வந்துவிட்டார்கள். முகவரி, பேஷண்ட் பெயர் விவரம் நர்ஸ் கேட்டபோது தாயம்மாள் பொய்யான முகவரியைச் சொன்னாள். வானவில் ஏற்கெனவே தன் பெயரை வலி நேரத்தில் லேபர் அறைக்குச் செல்லும் முன்பாக நர்ஸ் கேட்டபோது ஒளிக்காமல் இயல்பாகச் சொல்லிவிட்டாள். 'வனஜா' என்று பெயரைச் சொல்லுமாறு தாயம்மாள் கூறியிருந்தாள். அந்தச் சூழ்நிலையில் ஞாபக மறதியாகத் தன் பெயரை வானவில் சொல்லிவிட்டாள்.

வானவில் தன் பெயரைச் சொல்லிவிட்டதால் அவளின் கணவர் என்று எந்தப் பெயரைச் சொல்வது என்று சுரேந்திரனும் தாயம்மாளும் குழம்பினார்கள். பிறகு சுரேந்திரன் சொன்னான். "இவளுக்கு இன்னும் திருமணம் ஆகலை. ஒருத்தனோடப் பழகியிருக்கா. கர்ப்பமாகிட்டா. அவன் விபத்தில் இறந்துட்டான். இந்த விவரம் வெளியே தெரியாது. இவ அம்மா ஏற்கனவே இறந்துட்டா. நீங்கதான் காப்பாத்தணும். என் மக உயிரும் குழந்தை உயிரும் முக்கியம்ங்கிறதற்காக நாங்க இங்கே பிரசவத்துக்குக் கொண்டு வந்தோம். சிஸ்டர்தான் எங்க மீது கருணை வைச்சு எங்களைக் காப்பாத்தணும்."

"கர்த்தர் காப்பாற்றுவார்" என்றாள் வலது கண்ணுக்குக் கீழே மரு உள்ள அந்த நர்ஸ். பாம்புப் படம் பச்சை குத்தப்பட்டிருந்த புறங்கைகளை மேஜை மீது வைத்து, சுவரில் மாட்டப்பட்டிருந்த கர்த்தர் படத்தைப் பார்த்து அவள் பிரார்த்தித்தாள்.

இரண்டு நாட்கள் கடந்தன. தாயம்மாள் துணைக்கு இருந்தாள். சுரேந்திரன் அவ்வப்போது வந்து பார்த்துக்கொண்டிருந்தான். மூன்றாம் நாள் குழந்தையை விட்டுவிட்டுச் செல்லவேண்டிய நாள். விடிகாலை மூன்று மணிக்கு காருடன் சுரேந்திரனை தாயம்மாள் வரச்சொல்லி இருந்தாள். ஹாரன் அடிக்கக்கூடாது என்றும் சற்றுத் தள்ளிக் காரை நிறுத்த வேண்டும் என்றும் சொல்லியிருந்தாள்.

"வானவில் உன் நல்லதுக்குத்தான் சொல்றேன். குழந்தையோடு வீட்டுக்குப் போனால் ஊர் உலகம் ஏத்துக்காது. உனக்கும் உன் அப்பாவுக்கும் அவமானம். உன் அண்ணன் முரடன். ஏதோ நடந்து போச்சு. அந்தப் பையன் கிட்டே பழகுறப்ப ஜாக்கிரதையா இருந்திருக்கலாம். இப்ப அதைப் பேசிப்

பிரயோசனமில்லை. குழந்தையை இங்கேயே விட்டுட்டுப் போயிருவோம். மனசைக் கல்லாக்கிக்க" என்றாள் தாயம்மாள்.

"நான் எப்படி என் குழந்தையை அனாதையா விட்டுட்டு வர்றது. நான் குழந்தையோட எங்கேயாவது போய் பிழைச்சுக்குறேன்."

"எங்கே போயி பிழைப்பே. உலகம் சும்மா இருக்குமா. ஒரு குழந்தையோட ஒரு பெண் தனியே வாழ முடியுமா. நீ பெங்களூர்லே ஹாஸ்டல்லே தங்கிப் படிக்கிறதா ஊர் உலகத்தை நம்ப வச்சிருக்கார் உங்க அப்பா. இப்ப குழந்தையோட போயி நிக்க முடியுமா. உனக்கும் நல்ல வாழ்க்கை அமைச்சுத் தரலாம். குழந்தைக்கு ஒரு ஆபத்தும் வராது. பல கருணை இல்லங்கள் இருக்கு. மிஷனரி ஆஸ்பத்திரி உன் குழந்தையைக் கைவிட்டுறாது. ஏதாவது கருணை இல்லத்துலே தெரிஞ்சோ தெரியாமலோ விட்ருவாங்க. அங்கே வளருவான். பின்னொரு காலத்துலே பார்த்துக்கலாம். மனசைக் கல்லாக்கிட்டு தொடர்பு இல்லாம இருக்கணும். வேற வழி இல்லை."

வானவில் தன் வாழ்க்கை இப்படி ஆகிவிட்டதே என்று நொந்து அழுதுகொண்டிருந்தாள். இரவு முழுவதும் தூங்கவில்லை. டூட்டி நர்ஸ் இருக்கும் இடம் வேறு. வாசலில் இருக்கும் காவல்காரன் துண்டை விரித்துப் படுத்திருந்தான்.

வானவில் குழந்தைக்குப் பால் கொடுத்தாள். குழந்தை தூங்கிக்கொண்டிருந்தது. கார் நிற்கும் சத்தம் தாயம்மாளுக்குக் கேட்டது. கொண்டுவந்திருந்த பொருட்களை ஏற்கெனவே ஒரு பையில் எடுத்து வைத்திருந்தாள். கண்களை மூடிப் படுத்திருந்த வானவில்லைத் தொட்டாள். அவள் எழுந்து உட்கார்ந்தாள். அழலானாள். அவள் வாயைப் பொத்தி அணைத்து தாயம்மாள் வெளியே கூட்டிவந்தாள். காரில் ஏறினார்கள். கார் நகர்ந்தது.

32

வானவில் அடிக்கடி அழுதுகொண்டு கவலையுடன் இருந்தாள். பால் கட்டிக்கொண்டு கஷ்டப்பட்டாள். தாயம்மாள் பாலை வெளியேற்றி அவளுக்கு உதவினாள். வானவில்லுக்கு விரைவில் மாப்பிள்ளை பார்க்குமாறு சுரேந்திரனிடம் சொல்ல வேண்டும் என்று தாயம்மாள் நினைத்தாள்.

தனிமையில் இருக்கும்போது சுரேந்திரனிடம் தாயம்மாள் இதுபற்றிச் சொன்னாள்.

“நானும் வானவில்லுக்கு மாப்பிள்ளை பார்க்கணுங்கிற சிந்தனையிலேயே இருக்கிறேன். அமெரிக்க மாப்பிள்ளையா இருக்கணும்னு நெனைக்கிறேன். ஒருத்தரைப் பாத்திருக்கேன். அவர் வானவில்லைவிட பத்து வயசு மூத்தவர். அவருக்குத் திருமணமாகி ஒரு வருஷத்துலேயே மனைவி தற்கொலை பண்ணியிருக்கா. அதுக்கப்புறம் அவர் அமெரிக்கா போய் செட்டிலாகிட்டார். அதனால யோசிக்கிறேன்” என்றான் சுரேந்திரன்.

“வயசு வித்தியாசம் இருந்தாலும் பரவாயில்லை. கெட்டவரா இல்லாம இருக்கணும். பெண்டாட்டி தற்கொலை பண்ணிகிட்டதா சொல்றிங்க. அதான் யோசனையா இருக்கு.”

“அந்தப் பொண்ணு ஹிஸ்டீரியா பேஷண்ட்னு சொல்றாரு. அவரு பேரு சம்பத்குமார். இன்சூரன்ஸ் கம்பெனியிலே வேலை பாக்கறாரு. பழகின விதத்தைப் பாக்கறப்ப கெட்டவராத் தெரியலை. நம்ம பக்கமும் குறை இருக்கே. வானவில்லுக்கு இடது கையிலே சுண்டுவிரல் பிறக்கும்போதே இல்லை. ஒருத்தனைக் காதலிச்சு இருக்கா. திருமணமாகாம குழந்தை பெத்துருக்கா. அம்மாக்காரி ஒருத்தனோட ஓடிப்போயிட்டா. இவ்வளவு இருக்கே. தெரிய வந்ததுன்னா நமக்குத்தான் சிரமம்.”

“அதைப் பத்தி இப்ப எதுக்கு யோசிக்கணும். இப்ப யோசிச்சா நாம அதுக்குத் திருமணமே பண்ண முடியாது. அது அழுதுக்கிட்டே இருக்கு. பெத்த குழந்தையை அனாதையா விட்டுட்டு வந்திருக்கு. வருத்தம் இருக்கத்தான் செய்யும். புதுசா. ஒரு வாழ்க்கை அமைச்சுக் கொடுக்கணும். நீங்களும்

எவ்வளவு காலத்துக்கு இதைப் பத்தியே கவலைப்பட்டுக்கிட்டே இருப்பீங்க. ஒரு வேளை எல்லாத்தையும் மறந்துட்டுப் புது வாழ்க்கையிலே புள்ளை பொறந்துச்சுன்னா பழைய வருத்தம் குறைஞ்சிரும். காலம் ஆக வருத்தமும் மறைஞ்சிரும்."

"அகிலா. நீ நல்லாப் பேசற. கெட்டிக்காரியா இருக்கே. நீ உயர்ந்த இடத்துலே இருக்கவேண்டியவ."

"நான் உங்களோட சேர்ந்து உயர்ந்த இடத்துலேதானே இருக்கேன். என்ன.. வெளியே தெரியாது. நான் சந்தோஷமாத்தான் இருக்கேன். நீங்க ஒருநாள் என்கிட்டே தனியா இருக்கும்போது உன்னை அகிலான்னு கூப்பிடுவேன்னு சொன்னிங்க. அப்படித்தான் தனியா இருக்கும்போது கூப்பிடறிங்க. வெளியிலே தாயம்மாள்னு கூப்பிடறீங்க. நானும் கேக்கணும்னு நெனைக்கிறேன். சங்கடப்பட்டுக்கிட்டு கேக்கலை. இப்ப சொல்லுங்க. அகிலாங்கிறது யாரு."

"அது நான் சின்ன வயசுலே ஒருதலையா காதலிச்ச பொண்ணு. இப்ப எங்கே இருக்குன்னு தெரியலை. ஆனா நினைப்பிலிருந்து எடுக்க முடியல."

"சரி. அப்படியே கூப்பிடுங்க. வெளியே மத்தவங்க இருக்கறப்ப அகிலான்னு மறந்துபோயி கூப்பிட்றாதிங்க" என்று சொல்லிச் சிரித்தாள் தாயம்மாள்.

"ஜாக்கிரதையாத்தான் இருக்கேன்."

"நீங்க அந்த சம்பத்குமாரை மாப்பிள்ளையாக்க முடியுமா. அவரு அப்பா, அம்மா கூடப் பிறந்தவங்க விவரம் தெரியுமா."

"அப்பா, அம்மா இறந்துட்டாங்க. சொந்தக்காரங்க புடுங்கல் இல்லை."

"இவ்வளவு விஷயங்கள் சாதகமா இருக்கே. பெண்டாட்டி தற்கொலை பண்ணிக்கிட்ட விஷயந்தான் உறுத்தலா இருக்கு."

"அதான் ஏற்கனவே சொன்னேன்ல. அவ ஹிஸ்டீரியா பேஷண்ட். சின்ன வாக்குவாதத்துக்கெல்லாம் கத்துவான்னு சொன்னாரு. போலீஸ் கேஸ் எல்லாம் முடிஞ்சுது. இவர் மேலே ஒண்ணும் குத்தமில்லேன்னு சொல்லிட்டாங்க. அந்த சம்பத்குமார் எதையும் மறைக்கிறார்னு எனக்குத் தோணலை. நான் அவர் கிட்டே கேட்டுப் பாக்கறேன். ஆனா அவர்

யோசிப்பாரே. வயசு வித்தியாசம் இருக்கு. பெண்டாட்டி தற்கொலை பண்ணிக்கிட்டான்னு சொல்லியாச்சு. தன்னோட பொண்ணைக் கொடுக்கறார்னா ஏதாவது குறை இருக்கும்னு நெனைப்பாரோ."

"தோஷ ஜாதகம்னு சொல்லுவோம். ஜாதகத்தை அதுக்கேத்த மாதிரி மாத்தி எழுதி வைச்சுக்குவோம். லோக்கல்லே கிடைக்காது. வெளிநாடுன்னா பரவாயில்லைன்னு சொல்லுவோம். நம்ம பொண்ணு அழகா இருக்கு. அவருக்குப் பாத்தா பிடிச்சுப் போகும். மத்த விஷயங்களைப் பெருசா யோசிக்க மாட்டாரு. நம்ம பொண்ணை சரிகட்றதுதான் பெரிய வேலையா இருக்கும்னு நெனைக்கிறேன்."

"நீ சொல்றபடி செய்றேன். ஒருநாள் பொண்ணு பாக்க அழைச்சுட்டு வாரேன். ரெண்டு பேரும் பார்க்கட்டும். நாம நெனைக்கிற மாதிரி நடக்கட்டும். வானவில்லை ரெடி பண்றது உன் வேலை. நல்லா ஐடியா கொடுக்கறே..."

33

வானவில்லை திருமணத்திற்குத் தயாராகுமாறு தாயம்மாள் சொன்னாள்.

"குழந்தை என்ன ஆச்சுன்னு நாம போய் விசாரிச்சா அது நமக்குப் பாதகமா போயிரும். அந்தக் குழந்தையை நம்மகிட்டே ஒப்படைச்சிருவாங்க. குழந்தையை நம்ம குழந்தைன்னு சொல்ல முடியுமா. குழந்தையை மறந்திரு. வேற வாழ்க்கைக்குத் தயாராகு. உன் அப்பா பார்த்த மாப்பிள்ளையைப் பார்க்க சரின்னு சொல்லு. அவர் மனைவியை இழந்தவர். நம்மகிட்டே குறைகள் இருக்கிறதாலே மனைவியை இழந்தவரா இருந்தாலும் பரவாயில்லைன்னு அப்பா நெனைக்கிறார். அமெரிக்காவிலே வேலை பார்க்கறார். திருமணமாகி அமெரிக்கா போயிடலாம். லோக்கல் தொந்தரவு ஒண்ணும் இருக்காது. நிம்மதியாக இருக்கலாம். உனக்கு ஒரு குழந்தை பிறந்தால் எல்லாம் சரியாயிடும்" என்றாள் தாயம்மாள்.

"என் மனசை என்னாலே சமாதானப்படுத்த முடியலை. அம்மா ஓடிப்போயிருச்சு. நான் காதலிச்சவன் குழந்தையைக் கொடுத்துட்டு செத்துப் போய்யிட்டான். என் கையிலே சுண்டுவிரல் இல்லை. அது ஒரு ஊனம். இப்ப மனைவியை இழந்தவருக்கு ரெண்டாந்தாரமா கட்டிக் கொடுக்கலாம்னு அப்பா நெனைக்கிறாரு. என் வாழ்க்கையே துயரம்தான்."

"எல்லாம் நல்லபடியா நடக்கும். எப்பவுமே கெட்டதுதான் நடக்கும்னு ஏன் நெனைக்கணும். நல்லதும் நடக்கும் இல்ல."

"என்ன நல்லது நடக்கும்னு நானும் பாக்கத்தானே போறேன். நான் இப்படியே உட்கார்ந்து சுவத்தைப் பார்த்துக்கிட்டு இருக்கறதுக்குப் பதிலா வேற வாழ்க்கை சரியாக அமையுதான்னு பார்க்கலாம்."

"அப்பாடி. இப்பதான் எனக்கு நிம்மதியா இருக்கு. உன் அப்பாவும் நிம்மதியா இருப்பாரு. நல்ல நாள் பார்த்து பொண்ணு பார்க்க ஏற்பாடு செய்ய உன் அப்பா கிட்டே சொல்றேன்."

ஒரு நல்ல நாளில் பெண் பார்க்க நாள் குறித்தார்கள். ஒப்பனைப் பெண் வந்து வானவில்லை அலங்கரித்தாள்.

அழகியாக இருப்பவள் இப்போது பேரழகியாக மாறினாள். மாப்பிள்ளை சம்பத்குமார் தூரத்து உறவினர்களுடன் பெண் பார்க்க வந்தான். முழுக்கைச் சட்டையை இன் பண்ணி பார்க்க லட்சணமாக இருந்தான். வானவில்லைப் பார்த்ததும் அவனுக்குப் பிடித்துவிட்டது. வானவில்லுக்கும் அவனைப் பிடித்திருந்தது. வாழ்க்கைப் போக்கு மாறும் என்று நினைத்தாள்.

சம்பத்குமார் கூட வந்த பெரியவர், "எங்களுக்கு சம்மதம்" என்று அவனிடம் கேட்டுவிட்டுச் சொன்னார். உடனே சம்மதம் என்று சொல்ல வேண்டாம் என்று நினைத்த சுரேந்திரன், "நாங்க கலந்துக்கிட்டு நாளைக்குச் சொல்றோம்" என்றான். கலைந்தார்கள்.

சுரேந்திரனிடம் தனியாக இருந்த நேரத்தில், "நாம ஒரு விஷயத்தை வானவில்லிடம் மறைச்சிருக்கோம். மனைவி இல்லாதவர் என்று சொல்லியிருக்கோம். அவ தற்கொலை பண்ணிக்கிட்டாள்னு சொல்லலை. வருங்காலத்திலே தெரியத்தான் போகுது. அப்ப நீங்க அதை மறைச்சுக் கட்டிக் கொடுத்துட்டிங்கன்னு நெனைக்கும். பயமாகூட இருக்கும். எதுக்கு மறைக்கணும். சொல்லிட்டா நல்லதுன்னு நெனைக்கிறேன்" என்றாள் தாயம்மாள்.

"வானவில் மாட்டேன்னு சொல்லிட்டா என்ன பண்ணுறது."

"அதுக்கு மாப்பிள்ளையைப் பிடிச்சிருக்கு. சொல்லிப் பாப்போம். உணர்ச்சிவசப்பட்டு தற்கொலை பண்ணிக்கிட்டான்னா அவர் என்ன பண்ணுவாரு. எங்க ஊர்லே ஒருத்தர் பெண்டாட்டி இப்படித்தான் ஏதோ வேகத்துலே உணர்ச்சிவசப்பட்டு பண்ணிக்கிட்டா. அவர் நல்லவர். அவ பிடிவாதக்காரி. அதுக்கு அப்புறம் அவரு இன்னொரு பொண்ணை கட்டிக்கிட்டாரு. நல்லாத்தான் வாழ்றாரு."

"சரி. அப்ப அவ கிட்டே பக்குவமா சொல்லியிரு."

தாயம்மாள் இந்த விஷயத்தை எப்படி வானவில்லிடம் சொல்வது என்று யோசித்துக்கொண்டே இருந்தாள். வானவில்லின் நடவடிக்கையில் மாறுதல் ஏற்பட்டதை அவள் பார்த்தாள். தன்னை அழகாக வைத்துக்கொள்ள வேண்டும் என்று அவள் நினைப்பதை உணர்ந்தாள். தலையில் பூ வைத்துக்கொள்ளாத வானவில் பூ வைத்துக்கொள்வதைப் பார்த்தாள்.

தற்கொலை விஷயத்தைச் சொன்னால் அவளின் உற்சாகமும் மாறுதல் அடைந்த மனநிலையும் பாதிக்கப்படுமோ என்று

தாயம்மாள் நினைத்தாள். ஒரு சந்தர்ப்பத்தில் தாயம்மாள் சொன்னாள்.

“அம்மாடி உன்கிட்டே ஒரு விஷயம் சொல்லணும். எனக்கு இப்பதான் தெரியவந்துச்சு. மாப்பிள்ளையோட பெண்டாட்டி தற்கொலை பண்ணி இறந்துபோச்சாம். அவர் மேலே தப்பு இல்லைன்னு போலீசும் கோர்ட்டும் கேஸை முடிச்சுட்டாங்க. அப்புறம்தான் அவர் அமெரிக்கா போயிருக்காரு. எனக்குத் தெரிஞ்ச எதையும் மறைக்கக் கூடாதுன்னு சொல்றேன். உன் அப்பாவும் உண்மையைச் சொல்லச் சொல்லிட்டாரு. அந்த மாப்பிள்ளையைப் பார்த்தா கெட்டவர் மாதிரி தெரியலை. நல்லது நடக்கும்னு நினைச்சுக்கோ.”

“என்ன சொல்றீங்க... தற்கொலை பண்ணிச் செத்துப் போச்சா. மாப்பிள்ளை கொடுமைக்காரரா இருந்தா என்ன பண்றது. எனக்கு எப்போதுமே நல்லது நடக்காது. நான் அதிர்ஷ்டம் இல்லாதவ.”

“அப்படி நெனைக்காதே. தற்கொலை பண்ணிக்கிறவங்க உணர்ச்சிவசப்பட்டு செஞ்சிருக்கலாம். அதுக்கு அவர் என்ன செய்வார்.”

“எனக்கு பயமா இருக்கு. ஒருநாள் டைம் கொடுங்க. யோசிச்சு சொல்றேன்.”

“நல்லா யோசிச்சு சொல்லு. பார்க்க லட்சணமா இருக்காரு. அவருக்கு இப்படி ஒரு சோதனை வந்திருக்கு. நல்ல பதிலா சொல்லு.”

ஒரு நாள் முழுக்க வானவில் யோசித்தாள். ‘மாப்பிள்ளை குடும்பத்தில் என்ன பிரச்சினை இருந்தது. மனைவி கேரக்டர் எப்படி. அவரு கேரக்டர் எப்படி. எதுவுமே தெரியாம நான் எப்படி இதில் முடிவெடுக்க முடியும். அதிர்ஷ்டம் இருந்தால் நல்லது நடக்கும். இல்லை என்றால் சீரழிய வேண்டியதுதான்’ என்று வானவில் யோசித்தாள். எல்லாம் அதிர்ஷ்டம்தான் நம் கையில் ஏதுமில்லை’ என்று நினைத்தாள்.

யோசித்து ஒரு இரண்டு ரூபாய் நாணயத்தை எடுத்தாள். தலை விழுந்தால் ஒப்புக்கொள்வோம், பூ விழுந்தால் வேண்டாம் என்போம் என்று நினைத்து, நாணயத்தைச் சுண்டிவிட்டாள். நாணயம் தரையில் சுழன்று விழுந்தது. போய்ப் பார்த்தாள். தலை விழுந்திருந்தது. ஒப்புக்கொள்வோம் என்று முடிவு எடுத்தாள்.

34

சம்பத்குமாருக்கும் வானவில்லுக்கும் எளிய முறையில் திருமணம் நடந்தது. திருமணத்திற்குப் பின் வானவில்லின் அம்மாவைப் பற்றியோ, வானவில்லுக்கு விரல் இல்லாதது பற்றியோ வானவில்லிடம் சம்பத்குமார் எதுவும் கேட்கவில்லை. தன் மனைவி தற்கொலை செய்துகொண்டது பற்றி சில நாட்கள் கழித்து வானவில்லிடம் சம்பத்குமார் கூறினான்.

"நான் ரொம்பப் பொறுமையா இருந்தேன். என் மனைவி ராகினி ஆடம்பரத்தை விரும்பினா. அவ கேட்டது கிடைக்க தாமதப்பட்டா ஆவேசமா கத்துவா. ஏதாவது வாக்குவாதம் ஏற்பட்டா கையில் கிடைத்த பொருட்களை எறிவாள். என்னை மிரட்டுவதற்காகத் தற்கொலை செய்துகொள்ளப் போவதாக சத்தம் போடுவாள். ஒருநாள் என்னை மிரட்டுவதற்காகத் தற்கொலை செய்யப் போவதாகக் கூறினாள். நான் ஏற்கனவே நொந்து போயிருந்தேன். இதுபோன்ற மிரட்டல்களுக்கு அஞ்சிப் பலமுறை மனமில்லாமல் பணிந்து போயிருக்கேன். அறைக்குள் போய் கதவை அடைச்சுக்கிட்டா. நான் பேசாம இருந்துட்டேன். உணர்ச்சிகரமான மனநிலையில அவ தற்கொலை செஞ்சுக்கிட்டா. அவ உயிரோட இருந்தபோதும் நிம்மதி இல்லாம இருந்தேன். செத்ததுக்கு அப்புறமும் போலீஸ் விசாரணை, கோர்ட்னு நிம்மதி இல்லாமல் இருந்தேன். சமீப காலத்துலதான் என் மனசு சமநிலைக்கு வந்துருக்கு. நான் திருமணத்துக்கு சம்மதிச்சேன். உன்னைப் பாத்தேன். பிடிச்சிருந்தது. நமக்குத் திருமணம் நடந்தது. நான் மகிழ்ச்சியாக இருக்கேன்."

"நீங்க இவ்வளவு வெளிப்படையா பேசுறிங்க. நானும் மகிழ்ச்சியா இருக்கேன்."

"நாம இன்னும் ஒரு வாரத்துலே அமெரிக்கா போறோம். விசா வந்துருச்சு. படிப்பு விசா வாங்கி, பின்னால சூழ்நிலைக்குத் தக்க மாதிரி வேலை செய்து அமெரிக்காவிலே இருக்கிற மாதிரி பாத்துக்கலாம்."

அவர்கள் இருவரும் அமெரிக்கா சென்றார்கள். அங்கு சென்ற பின்தான் சம்பத்குமார் பொய்யன் என்பது நாளடைவில் வானவில்லுக்குத் தெரிந்தது. அவன் வினோத நடவடிக்கைகள், ஹிஸ்டீரியா பற்றி அறிந்தாள். இதன் பொருட்டே தாள முடியாமல் அவன் மனைவி தற்கொலை செய்துகொண்டாள் என்பதையும் பிறர் மூலமாக அறிந்தாள். பிறவியிலிருந்தே தனக்கு நல்லது நடக்கவில்லை. நல்லது போல் போக்குக் காட்டி துரதிருஷ்டத்தில் முடிகிறது. தனக்கு ஓர் அதிர்ஷ்டம் போல் சம்பத்குமார் மாப்பிள்ளையாகக் கிடைத்தான் என்று நினைத்தாள். சுண்டி விட்ட நாணயமும் தலை விழுந்து அவனைத் திருமணம் செய்துகொள்ளும் எண்ணத்தை உருவாக்கியது. ஆனால் துரதிருஷ்டம் தன்னைப் பற்றிக்கொள்கிறது தனக்கு வாழ்க்கையில் நல்லதே நடக்காது என்ற எண்ணத்திற்கு வானவில் வந்தாள்.

வானவில் அமெரிக்கா சென்ற பிறகு சுரேந்திரன், தனியாக ஒரு வீடு தாயம்மாளுக்கு வாங்கிக் கொடுத்தான். அந்த வீட்டிற்கு 'அகிலா இல்லம்' என்று பெயர் வைத்தான். வசதிகளுடன் கூடிய அந்த வீட்டில் தாயம்மாள் இருக்கிறாள். அந்த வீட்டிற்குப் போய்வந்துகொண்டிருக்கிறான். சுரேந்திரனின் மகன் நாகராஜன் சுரேந்திரனுக்குத் தெரிவிக்காமல் ஒரு பெண்ணைத் திருமணம் செய்துகொண்டு வீட்டிற்குக் கூட்டிவந்துவிட்டான். அவனால் ஒன்றும் சொல்ல முடியவில்லை. மருமகளை அவனுக்குப் பிடிக்கவில்லை. தாயம்மாள் வீட்டில் பெரும்பாலான நாட்கள் இருக்கிறான். இரண்டு பேருக்கும் இருக்கும் உறவை ஊர் அறிந்துவிட்டது.

சுரேந்திரனுக்குத் தாயம்மாள் வீட்டில் இருப்பது நிம்மதியாக இருக்கிறது. 'மனைவி இன்னொருத்தனுடன் ஓடிவிட்டாள். மகள் வாழ்க்கை சரியாக அமையவில்லை. மகன் ஒருத்தியைத் திருமணம் செய்து அழைத்துவந்து வீட்டில் வைத்திருக்கிறான். சமூகத்தில் தன்னைப்பற்றிக் கீழான அபிப்பிராயம் கொண்டிருப்பார்கள்' என்று சுரேந்திரன் நினைத்து மன உளைச்சலுடன் இருக்கிறான். தாயம்மாளின் வீட்டில் இருக்கும்போது மன உளைச்சல் குறைகிறது. அல்லது இல்லாமல் போகிறது.

சில காலம் கழிந்த பின்னர் சம்பத்குமாரின் மூலம் குழந்தை பெறும் வாய்ப்பு இல்லை என்பதை பரிசோதனைகளின் மூலம் வானவில் அறிந்தாள். இருவரும் சேர்ந்து ஓர் அனாதை

அமெரிக்கப் பையனை எடுத்து வளர்த்து வருகிறார்கள். அவன் பெயர் பிரடரிக் டேனியல். கைவிடப்பட்ட தன் பையனைப் பார்க்க மிஷனரி மருத்துவமனைக்கும் பின்னர் குழந்தை யேசு இல்லத்திற்கும் வானவில் வந்தபோது இந்தப் பையன் உடன் வந்தான்.

பகுதி 3

35

உமா வீட்டிற்கு ரத்தினவேலைப் பார்ப்பதற்காக ஜோசப்பும் ரோஸியும் வந்தார்கள். ரத்தினவேல் பெண் குழந்தையுடன் சகஜமாக இருந்தான். உமா அவர்களை உபசரித்தாள். "எப்போது மேரேஜ்" என்று கேட்டாள்.

"எங்க வீட்ல சம்மதிக்கலை. அதனாலே பொறுத்திருக்கோம். மனசு மாறுதான்னு பார்ப்போம்" என்றாள் ரோஸி.

"என் பிறப்புதான் பிரச்சினை. குடும்பப் பின்னணி இருக்கணும்னு ரோஸி வீட்ல நெனைக்கிறாங்க. என்ன செய்யறது. என் அம்மா அமெரிக்காவிலே இருக்காங்க. வருவாங்களா, என்னைப் பாப்பாங்களான்னு தெரியலை. அப்படியே வந்தாலும் முறை தவறிப் பிறந்த குழந்தைங்கிற பேரை மாத்த முடியாதே."

"ஏன் இப்படி விரக்தியாப் பேசறீங்க. நடந்துபோன எதையும் மாத்த முடியுமா. நான் விவாகரத்தானவள். இவரை ரெண்டாம் கல்யாணம் பண்ணிக்கிட்டேன். குழந்தையும் பெத்துக்கிட்டேன். கடந்தகாலத்தைப் பத்தி யோசிச்சுக்கிட்டிருந்தா எதையாவது நாம மாத்த முடியுமா. தவிர வாழ்க்கையும் சோகமாயிரும்" என்றாள் உமா.

"பெண் குழந்தை மேல் இருந்த பயம் ரத்தினவேலுக்குப் போயிருச்சா. நீங்க தைரியசாலி. நீங்கதான் அவரு மனசைப் பிடிச்சிருந்த பயத்தை வெளியேத்தறிங்க" என்று உமாவிடம் ஜோசப் கூறினான்.

"முன்னாடி ரொம்ப பயம் அவருக்கு இருந்துச்சு. கனவு கண்டு பயப்படுவார். இப்ப கொஞ்சூண்டு

பயம் இருக்குன்னு நெனைக்கிறேன். என்னங்க” எனச் சொல்லி ரத்தினவேலைப் பார்த்தாள்.

“இப்ப பயம் இல்லை” என்றான் ரத்தினவேல்.

“அதான் நீங்க குழந்தையைக் கொஞ்சற கொஞ்சல்லையே தெரியுதே” என்றான் ஜோசப்.

“உமா... வீட்டைப் பகைச்சுட்டுத்தான் ஜோசப்பை ரோஸி திருமணம் பண்ணிக்கணும். நாமதான் முன்னே இருந்து நடத்தி வைக்கணும்” என்றான் ரத்தினவேல்.

“சரி. நல்லா நடத்தியிருவோம்” என்றாள் உமா.

“எப்பன்னுதானே தெரியலை” என்றாள் ரோஸி.

“நாம ஏன் தள்ளிப் போட்டுக்கிட்டே போகணும். ரோஸி, உங்க அப்பா ஏதும் மாப்பிள்ளை பார்க்கறாரா” என்றான் ரத்தினவேல்.

“இல்லை. அப்படித் தெரியலை. ஆனா வாழ்க்கைப் போக்குலே ஏதாவது மாப்பிள்ளையைப் பத்திக் கேள்விப்படலாம். அப்ப எண்ணம் வரலாம். அந்தச் சமயத்துலே என்ன சொல்றதுன்னு எனக்குத் தெரியலை. கடைசி நேரத்துலே ஓடி வந்து திருமணம் பண்ணிக்கிறது எனக்கு நல்லாப் படலை. சீக்கிரத்திலேயே வீட்டை விட்டு வந்து பண்ணிக்கிறதுதான் நல்லது. அதுக்கு பல ஏற்பாடுகளைப் பண்ணனும். வீடு பார்க்கணும். எங்கே எப்படிப் பண்ணிக்கிறதுன்னு முடிவு பண்ணனும். எங்க அப்பா அம்மாவே திருமணம் பண்ணி வெச்சாங்கன்னா நமக்கு வேலைகள், சிரமங்கள்னு இல்லை. அது நடக்குமான்னு தெரியலை. கொஞ்ச நாள் காத்திருந்து திரும்பக் கேட்டுப் பார்க்கலாம்னுதான் இருக்கேன்.”

“அதை ஏன் தள்ளிப் போட்டுக்கிட்டே இருக்கணும். அப்பாகிட்டே கேட்ற வேண்டியதுதானே” என்றாள் உமா.

“என்னன்னு ரோஸி கேக்கணும். ‘கடைசியா உங்ககிட்டே கேக்கறேன். நீங்க திருமணம் பண்ணி வைக்கலைன்னா நாங்களா பண்ணிக்குவோம்னு’ அவ அப்பா கிட்டே சொல்ல முடியுமா” என்று சிரித்தபடி சொன்னான் ஜோசப்.

"சரி. ஒரு திட்டம் போடுவோம். நான் ஜோசப்பைத்தான் திருமணம் பண்ணிக்குவேன்னு ரோஸி அவுங்க அப்பாகிட்டே கடைசியாச் சொல்லிப் பார்க்கட்டும். விளைவைப் பொறுத்து அடுத்து காயை நகட்டுவோம்" என்றாள் உமா.

"ஒரு வாரம் ரோஸி டயம் எடுத்துக்கட்டும். அப்பாகிட்டே கேட்டுப் பார்க்கட்டும். அப்புறம் நாம ரகசியமா மத்த ஏற்பாடுகளைப் பண்ணுவோம்" என்றான் ரத்தினவேல்.

"மத்த ஏற்பாடுகளைப் பத்திதான் நான் கவலைப்படறேன். எங்கே தங்கறது, எப்படி மத்த ஏற்பாடுகளைப் பண்றது" என்றான் ஜோசப்.

"இந்த வீட்டு மாடியிலே ஒரு விசாலமான ரூம் இருக்கு. அங்க தற்காலிகமாத் தங்கிக்கலாம். அப்புறம் வீடு பார்த்து பொருட்கள் வாங்கிக் குடிபோகலாம்" என்றாள் உமா. ரத்தினவேல் தலையாட்டினான்.

மேற்கொண்டு உமா பேசினாள். "எனக்கு ஒரு பாதரைத் தெரியும். பேங்குக்கு வருவார். அவர் பேரு ராபர்ட். அவரிடம் சொல்லி சர்ச்சில் திருமணத்திற்கு ஏற்பாடு பண்ணலாம். ஒரு டாக்குமெண்ட் ரைட்டரைப் பார்த்து ரிஜிஸ்ட்ரார் ஆபீஸ்லே பதியறதுக்கு ஏற்பாடு பண்ணலாம். ரோஸி உங்க சர்ட்டிபிகேட் எல்லாம் உங்ககிட்டே நீங்க எடுத்துட்டு வர்ற மாதிரி இருக்கா. அப்பாகிட்டே இருக்கா."

"எங்கிட்டேதான் இருக்கு. நானும் ஒரு வாரத்துக்குள்ளே கேட்டுப் பார்க்கறேன். அப்புறம் கர்த்தர் விட்ட வழி."

36

ஜோசப் தன் வகுப்பை முடித்து ஓய்வறையில் உட்கார்ந்திருந்த போது, பள்ளிப் பணியாள் வந்து, "உங்களைப் பார்க்க ஒரு வெள்ளைக்காரன் வந்திருக்கான்" என்றான்.

முதலில் ஜோசப்பிற்குக் குழப்பமாக இருந்தது. பின்னர் வானவில் என்ற பெயருடைய இடது கையில் சுண்டுவிரல் இல்லாத, நெற்றியில் தழும்பு உள்ள தன்னைப் பெற்றவளுடன் ஒரு வெள்ளைக்காரப் பையன் வந்ததாக கரோலினும், குழந்தை யேசு இல்ல பாதரும் சொன்னது நினைவுக்கு வந்தது. நெஞ்சுத் துடிப்பு கூடியது. வரச் சொன்னான்.

அந்த வெள்ளைக்காரன் வந்தான். ஜோசப்பைப் பார்க்க வந்திருப்பதாகக் கூறினான். ஜோசப் அவனிடம் தான்தான் ஜோசப் என்று கூறி அருகில் உள்ள நாற்காலியில் உட்காரச் சொன்னான். அவன் உட்கார்ந்தான்.

அந்த வெள்ளைக்காரன், "உங்க தாய் வானவில்லின் வளர்ப்பு மகன் நான். குழந்தை யேசு இல்லம் மூலம் நீங்கள் இங்கு வேலை பார்ப்பதை நாங்கள் அறிந்தோம். வானவில் ஓட்டலில் தங்கியிருக்கிறார். உங்களைப் பார்த்து உங்களிடம் விவரம் சொல்லி அழைத்து வருமாறு கூறினார். உங்களைப் பார்த்தால் அவர் மகிழ்ச்சியடைவார்" என்றான்.

ஜோசப்பிற்கு நடுக்கம் கண்டது. மகனைக் காணத் தாய் வந்திருக்கிறார். எப்போது வருவாரோ என்று ஏங்கிக்கொண்டிருந்த நிலையில் வந்திருக்கிறார். என்ன செய்வது. பார்க்கும்போது பலவிதமான உணர்ச்சிப் பெருக்கு ஏற்படும் என்று நினைத்துப் பயந்தான். ரோஸியையும் அழைத்துக்கொண்டு செல்வோமா. தனியே செல்வோமா என்று குழம்பினான். அந்த உணர்ச்சிப் பெருக்கைச் சமாளிக்க ரோஸி துணையிருப்பது நல்லது என்று நினைத்தான்.

வெள்ளைக்காரனின் பெயரைக் கேட்டான். அவன் தன்னுடைய பெயர் பிரடரிக் டேனியல் என்றான். தமிழ் நன்றாகப் பேசினான்.

"வானவில் உங்களைப் பார்க்க ஆவலாக இருக்கிறார். இவ்வளவு காலமாக பலவிதமான நெருக்கடியில் அவர் சிக்கியிருந்தார். இப்போதுதான் விடுபட்டிருக்கிறார். அவரின் தந்தையும் கணவரும் காலமாகிவிட்டார்கள். அவர் தன்னிச்சையாகச் செயல்படும் நிலைக்கு வந்திருக்கிறார். அவர் மேல் ஏதேனும் குற்றங்கள் இருந்தால் அவை சம்பந்தப்பட்ட சூழ்நிலைகள் உருவாக்கியதாகத்தான் இருக்கும். அவர் அன்புமிக்க தாய். பிறந்ததிலிருந்து பெரும் துன்பங்களை அடைந்திருக்கிறார். அவர்மீது உங்களுக்கு இருக்கும் வருத்தம், கோபம் எல்லாவற்றையும் விட்டு அவரைக் காண வாருங்கள். அவர் உங்களைக் காணத் தவித்துக்கொண்டிருந்தார். அவருடைய பல நிகழ்வுகளையும் உண்மைகளையும் என்னிடம் கூறியிருக்கிறார். அவருடைய வாழ்வின் பல பகுதிகளை நான் அறிவேன். இங்கு அவர் வர விரும்பினார். இதுவரை ஒருவரையொருவர் சந்திக்காத தாயும் மகனும் சந்திக்கும் சூழ்நிலை இங்கு, பள்ளியில் சரியாக அமையாது என்று நான் ஓட்டலில் இருக்கச் சொல்லியிருக்கிறேன். நீங்கள் என்னுடன் வந்தால் நான் அழைத்துச் செல்கிறேன்" என்றான்.

பள்ளியில் சொல்லிவிட்டுச் செல்லலாம். உணர்ச்சிப் பெருக்கில் கண்ணீர் வரும்போல் இருந்தது. டேனியலை இருக்கச் சொல்லிவிட்டு அறையைவிட்டு வெளியே வந்தான். ரோஸியைத் தேடிப் போனான். அவள் வகுப்பு எடுத்துக்கொண்டிருந்தாள். வகுப்பறைக்கு வெளியே நின்றான். அவள் வெளியே வந்தாள்.

"என்ன விஷயம் பதட்டமா இருக்கிங்க. கொஞ்ச நேரத்துலே கிளாஸ் முடிஞ்சிரும்" என்றாள்.

சற்று நேரம் வெளியே காத்திருந்தான். வகுப்பு நேரம் முடிந்து ரோஸி வெளியே வந்தாள். அவளிடம் டேனியல் ஓய்வறையில் உட்கார்ந்திருப்பதையும், அவன் கூறிய விவரங்களையும் கூறினான். தன்னால் தனியாகச் சென்று அவரைச் சந்திப்பதற்குத் தயக்கமாக இருப்பதால் அவளும் உடன் வந்தால் தனக்கு ஆதரவாக இருக்கும் என்று கூறினான். அவள் சற்று யோசித்துவிட்டு, "இந்தச் சந்தர்ப்பத்திலே, தாமதிக்காமல் பள்ளியில் சொல்லிவிட்டு டேனியலுடன் தனியே சந்திப்பதுதான் நல்லது. பிறகு அடுத்த சந்திப்பின்போது நான் வருவதே பொருத்தமாக இருக்கும்" என்று கூறினாள்.

"எனக்கு அந்தச் சூழ்நிலையிலே தனியே இருப்பது சிரமம்னு தோணுது. நீ வந்தால் எனக்கு உதவியா இருக்கும்."

"அது நல்லா இருக்காது. நீங்க தயங்காமல் போங்க. இதையெல்லாம் சமாளிக்கணும். அவுங்க அமெரிக்காவிலேயிருந்து இங்க வந்து உங்களைக் கண்டுபிடிச்சுப் பார்க்க வந்திருக்காங்க. நான் சொல்றதைக் கேளுங்க. மனசைத் திடமா வைச்சுக்கிட்டுப் போய்ப் பாருங்க. உணர்ச்சிகளைக் கட்டுப்படுத்திக்கிங்க. அவுங்களும் இவ்வளவு காலமும் உங்களைக் காண தவிச்சுக்கிட்டுத்தானே இருந்திருப்பாங்க. இப்பத்தான் அதுக்கு ஏத்த காலம் அமைஞ்சிருக்கும். போயிட்டு வாங்க."

ஜோசப் திரும்ப தன் ஓய்வறைக்கு வந்தான். டேனியலைப் பார்த்து, "எச்.எம்.கிட்டே சொல்லிட்டு வந்திர்றேன். போவோம்" என்றான். சற்று நேரத்தில் வந்தான். டேனியல் வந்திருந்த டாக்ஸி வெளியே நின்றிருந்தது. இருவரும் அதில் ஏறிக்கொண்டார்கள். கார் நகர்ந்தது.

37

நட்சத்திர ஓட்டலில் கார் நின்றது. டேனியலும் ஜோசப்பும் காரிலிருந்து இறங்கினார்கள். லிப்டில் ஏறி அறையை அடைந்தார்கள். கதவு திறந்தது. எதிரே வானவில் நின்றிருந்தார். காதோரம் நரையோடியிருந்தது. ஒல்லியாக இருந்தார். வானவில்லிடம் டேனியல், "இவர்தான் ஜோசப்" என்றான்.

வானவில், "மகனே" என்று சொல்லி அழுது அவனைக் கட்டிபிடித்துக்கொண்டாள். அவனும் "அம்மா" என்று சொல்லி அழுதான். இருவரும் உணர்ச்சிப் பெருக்கில் இருந்தார்கள். டேனியல் நாற்காலியில் உட்கார்ந்து இந்தக் காட்சியைப் பார்த்தான்.

உணர்ச்சிப் பெருக்கு வடிந்த நிலையில் இருவரும் விலகினார்கள். டவலை எடுத்து கண்ணீரையும் முகத்தையும் துடைத்தார் வானவில். துடைத்த டவலை ஜோசப்பிடம் கொடுத்தார். அவன் அதை வாங்கித் தோளில் போட்டுக்கொண்டு வாஷ்பேசினில் முகத்தைக் கழுவினான். டவலினால் முகத்தைத் துடைத்துக்கொண்டான். அங்கிருந்த நாற்காலிகளில் வானவில்லும் ஜோசப்பும் உட்கார்ந்தார்கள். 'நீண்டகால காத்திருப்பிற்குப் பின் தாயும் மகனும் சந்தித்தார்கள்' என்று ஆங்கிலத்தில் டேனியல் கூறினான்.

"மகனே. என்னால் குற்ற உணர்ச்சியிலிருந்து தப்பிக்க முடியலை. என் சூழ்நிலை அப்படி இருந்தது. கெட்டதுதான் எனக்கு நடந்தது. உன்னைச் சுமந்திருந்தபோது தலைமறைவாக நகரத்துக்கு வெளியே ஒரு வீட்டில் இருக்கும் நிலை ஏற்பட்டது. அமைதியான இடம். தோட்டம் இருந்தது. உன்னைச் சுமந்திருந்த அந்தக் காலம்தான் எனக்கு இனிமையாகக் கழிந்தது. பின்னால் பிரசவம் நடந்தது. உன்னைக் கைவிட்டுச் செல்லும் சூழ்நிலை ஏற்பட்டது. துயரம் தொடர்ந்தது. திருமணம் ஒரு துயரம். ஏற்கனவே என் அம்மா ஒருவருடன் ஓடிப்போய் எனக்குத் துயரத்தை கொடுத்திருந்தாள். அப்பா, அண்ணன் இருவருக்கும் என் மேல் பாசம் இல்லை. அன்பு இல்லை. உறவுகள் இருந்தாலும் அனாதை போலவே இருந்தேன். நீ அனாதையாகவே இருந்தாய். எவ்வளவு சிரமப்பட்டிருப்பாய். எனக்கு விமோசனமே

கிடையாது. என் அப்பாவும் கணவரும் இறந்துட்டாங்க. அண்ணனுக்கும் எனக்கும் தொடர்பில்லை. தாயம்மாள் என்று ஒருத்தி என் அப்பாவுடன் இருந்தாள். அவளோடும் இப்போது எனக்குத் தொடர்பு இல்லை. நான் தமிழ்நாட்டுக்கு வர்றதே முடியாத விஷயமா இருந்தது. என் கணவர் என்னை எங்கேயும் விடமாட்டார். எப்படியோ அவருக்கும் என் அப்பாவுக்கும் தெரியாமல் டேனியலைத் துணைக்குக் கூட்டிகிட்டு மிஷனரி மருத்துவமனைக்கும் யேசு இல்லத்திற்கும் வந்து உன்னைப் பற்றி விசாரிச்சிட்டுப் போனேன். கடவுள் உன்னைக் கைவிடலை. நான்தான் உன்னைக் கைவிட்டேன். நல்ல வேளையா அந்த நர்ஸ் உன்னைக் காப்பாத்தியிருக்கா. யேசு இல்லம் உன்னை வளர்த்திருக்கு. வேலையும் வாங்கிக் கொடுத்திருக்கு. நான்தான் உன் அம்மான்னு நீ ஊருக்குச் சொல்லலாம். கிட்டே வா."

ஜோசப் அருகில் வந்ததும் அவன் முகம், தலையைக் கையினால் தடவினாள். அவளின் இடது கையில் சுண்டுவிரல் இல்லாததையும் நெற்றியில் தழும்பு இருந்ததையும் ஜோசப் பார்த்தான்.

"இந்தப் பையன் டேனியலை வளர்த்தது என் வாழ்க்கையிலே நான் செஞ்ச நல்ல காரியம். இவன் இல்லேன்னா நான் என்னைக்கோ தற்கொலை செய்துகொண்டிருப்பேன். என் வாழ்க்கையிலே எனக்குத் துணையா இருந்தவன் இவன்தான். எனக்கு ஆறுதலா இருந்தவனும் இவன்தான். இவன் இல்லேன்னா தனிமரமா எரிஞ்சு போயிருப்பேன்" என்றார் வானவில்.

"ஜோசப் உங்களுக்கு மேரேஜ் ஆயிடுச்சா" என்று டேனியல் கேட்டான்.

"இன்னமும் இல்லை. நானும் கூட வேலை பார்க்கிற ரோஸியும் காதலிக்கிறோம். ரோஸியோட அப்பா எனக்குக் குடும்பப் பின்னணி இல்லைங்கிறதுனாலேயும் அனாதைங்கிறதுனாலேயும் திருமணத்துக்குச் சம்மதிக்காமல் இருக்கார். திருமணம் தடைபட்டு நிக்குது."

"இப்பதான் உங்க அம்மா இருக்காங்களே. தடை நீங்கியிருமா."

"இல்லை. இதைப் புதுக் குழப்பமா பாப்பாங்க. எனக்கு அப்பா யாரு. நான் முறை தவறிப் பிறந்தவன்னு பிரச்சினை இருக்கே."

“நான் சொல்றேன். எனக்கும் என் காதலனுக்கும் பிறந்தவன் ஜோசப். அவன் விபத்திலே இறந்துபோன பிறகு இரண்டாம் கல்யாணம் பண்ணிக்கிட்டேன். அமெரிக்காவுலே வாழ்ந்தேன்னு சொல்றேன்” என்றாள் வானவில்.

“என்னை ஏன் அனாதையா விட்டுட்டுப் போனிங்கன்னு கேள்வி கேப்பாங்க. அதுக்கு பதில் சொல்ல முடியாது. ரோஸிக்கு எல்லாம் தெரியும். என்னை ஏத்துக்கிட்டா. ஆனா மத்தவங்க ஏத்துக்குவாங்களா.”

“உன்னக் கூட்டிக்கிட்டு அமெரிக்கா போயிறலாம்ங்கிறதுதான் என்னோட பிளான். ஆனா இப்ப நீ தனி ஆளா இல்லை போலிருக்கே. உனக்கு காதலி இருக்கா. திருமணமும் நடத்த முடியாம தடைபட்டிருக்கு.”

“நீங்க உங்க திருமணம் சம்பந்தமா என்ன பிளான்லே இருக்கீங்க” என்று டேனியல் கேட்டான்.

“ரோஸியோட அப்பா சம்மதம் கொடுக்கமாட்டார். வீட்டை விட்டு வெளியேறி கொஞ்சம் நண்பர்களை வைச்சு திருமணத்தை நடத்தி சட்டப்படி பதிவு செஞ்சுக்கலாம்னு நெனைச்சுருக்கோம்.”

“அப்படியே செய்ங்க. ரோஸியைக் கூட்டி வந்து அம்மாவுக்கு அறிமுகப்படுத்துங்க. உங்க திருமண நிகழ்வுலே இவுங்கதான் அம்மான்னு பகிரங்கப்படுத்துவோம்” என்றான் டேனியல்.

“அப்படிச் செய்யலாம். நான் ரோஸியைக் கூட்டிட்டு வாரேன். அவளையும் வைச்சுப் பேசுவோம். நான் ஒரு டாக்ஸி எடுத்துட்டு ஸ்கூலுக்குப் போயி ரோஸியைக் கூட்டிட்டு வாரேன். டேனியலும் என்கூட வரட்டும்” என்றான் ஜோசப்.

டேனியலை அழைத்துக்கொண்டு ஜோசப் பள்ளிக்குச் சென்றான். இருவரும் ரோஸியைப் பார்த்தார்கள். டேனியலை ஜோசப் அறிமுகப்படுத்தி வைத்தான். “என்னாலும் என் அம்மாவாலும் அழுகையை அடக்க முடியலை. ரொம்ப உணர்ச்சிவசப்பட்டுட்டோம். அவுங்க கதையைச் சொன்னாங்க. நான் உன்னைப் பத்திச் சொன்னேன். நம்ம திருமணம் தடைபட்டு நிக்கறதையும் சொன்னேன். தடையை மீறித் திருமணம் பண்ணிக்கிறதா இருக்கறதையும் சொன்னேன். உன்னைப் பாக்கணும்னு சொன்னாங்க. நம்ம திருமணம்

சுருக்கமா நண்பர்களை வைச்சுத்தான் நடக்கும். அந்த நேரத்துலே அவுங்களை 'இவங்கதான் என் அம்மான்னு' அறிவிப்போம்" என்றான் ஜோசப்.

"நான் இன்னைக்குச் சாதாரண சேலையிலே வந்திருக்கேனே. சரி. பரவாயில்லை. வேற என்ன பண்றது. முகத்தைக் கழுவி பவுடர் போட்டுட்டு வந்தர்றேன்" என்றாள் ரோஸி.

ரோஸி முகத்தை சோப் போட்டுக் கழுவி பவுடர் போட்டாள். வெளிவந்ததும் பளிச்சென்றிருந்தாள். "நீங்கள் மணப்பெண் போல இருக்கிறீர்கள்" என்று டேனியல் ஆங்கிலத்தில் கூறினான்.

காரில் ஓட்டலை நோக்கிச் சென்றார்கள். ஓட்டல் அறைக் கதவை அடைந்து அழைப்பு மணியை அடித்ததும் அறைக்கதவு திறந்தது.

ரோஸியும் வானவில்லும் அணைத்துக்கொண்டார்கள். "உட்காரும்மா" என்றார் வானவில். ரோஸி மணப்பெண் போல உட்கார்ந்தாள். ரோஸியை வானவில் நன்றாகப் பார்த்தாள். ரோஸிக்குக் கூச்சமாக இருந்தது.

ரோஸியிடம், "உனக்கு ஜோசப்பைப் பிடிச்சுருக்கா" என்றும் ஜோசப்பிடம், "உனக்கு ரோஸியைப் பிடிச்சுருக்கா" என்றும் கேட்டார் வானவில். இருவரும் "ஆம்" என்றார்கள். இருவர் கைகளையும் பிடித்து ஒன்றாகச் சேர்த்து வைத்தாள்.

38

சில நாட்கள் கழிந்தன. வானவில் ஓட்டலிலேயே டேனியலுடன் தங்கியிருந்தார். அந்தச் சில நாட்களில் வீட்டு சம்மதம் இல்லாததால் வீட்டை விட்டு வெளியேறி சர்ச்சில் திருமணம் செய்து ரெஜிஸ்டர் அலுவலகத்தில் பதிவுசெய்ய ஏற்பாடு செய்தார்கள். வாடகைக்கு வீடு பார்த்தார்கள். பொருட்கள் வாங்க வேண்டியிருப்பதால் அதுவரை உமாவின் வீட்டு மாடியில் தங்கத் திட்டமிட்டார்கள். இந்த வேலைகள் எல்லாம் உமாவின் வழிகாட்டுதலில் நடந்தன.

எல்லாம் திட்டமிட்டபடி நடந்தன. திருமணத்திற்குப் பின் தான் தங்கியிருந்த நட்சத்திர ஓட்டலிலேயே ஒரு ஹாலை வரவேற்புக்கும் மதிய உணவுக்கும் வானவில் ஏற்பாடு செய்தார். சர்ச்சில் திருமணம் நடந்தது. ரிஜிஸ்ட்ரார் அலுவலகத்தில் பதிவும் நடந்தது. கூட அவர்களின் நண்பர்களும் அவர்களின் குடும்பத்தார்களும் வானவில், டேனியல் ஆகியோரும் இருந்தார்கள். வெள்ளைக்காரனாய் இருந்த டேனியலை யார் என்று தெரியாது வந்திருந்தவர்கள் வேடிக்கை பார்த்தார்கள்.

மண உடையில் ஜோசப்பும் ரோஸியும் அழகாக இருந்தார்கள். இந்தக் காட்சிகளை காண்பது வானவில்லுக்கு மனநிறைவாக இருந்தது. வரவேற்பு ஏற்பாடு செய்திருந்த ஹாலில் இருந்த மேடையில் மணமக்கள் இருவரும் பெரிய அலங்கார சேரில் உட்கார்ந்திருந்தார்கள். பரிசுப் பொருட்கள் கொடுப்பவர்கள் வரிசையில் நின்று கொடுத்தார்கள்.

விசேஷ விருந்தினர்களாக யேசு இல்ல பாதரையும் கரோலின் சிஸ்டரையும் வானவில் அழைத்திருந்தார். அவர்களைக் கௌரவிக்க வேண்டும் என்று வானவில் நினைத்திருந்தார். யேசு இல்லம், மிஷனரி மருத்துவமனைக்கு நன்கொடை தர கணிசமான தொகையை கவரில் போட்டு வைத்திருந்தார். நினைவுப் பரிசும் வைத்திருந்தார். தொகையை வாங்குவார்களா என்ற எண்ணம் இருந்தது. பொதுச் சேவைக்காகக் கொடுப்பதால் வாங்கிக்கொள்வார்கள் என்று நினைத்தார். கரோலின் சிஸ்டரும் யேசு இல்ல பாதரும் ஹாலுக்கு வந்திருந்தார்கள்.

டேனியல் மைக்கைப் பிடித்தான். தமிழும் ஆங்கிலமும் கலந்து பேசினான். "நான் ஜோசப்பின் சகோதரன். இதோ நிற்கிறாரே அவர்தான் வானவில். அவரின் மகன்கள் நாங்கள் இருவரும். ஜோசப் அவர் பெற்ற மகன். நான் அவரின் வளர்ப்பு மகன். ஜோசப் குழந்தையாக இருக்கும்போது கைவிடப்பட்டவர். அவர் தாயாரின் சூழ்நிலை அந்தச் சமயத்தில் அப்படித்தான் இருந்தது. கரோலின் சிஸ்டர் அந்தக் குழந்தையைக் காப்பாற்றி யேசு இல்லத்தில் சேர்த்தார். யேசு இல்லம் ஜோசப்பைப் பராமரித்தது. அதன் மூலம் அவருக்கு வேலையும் கிடைத்தது. ஜோசப்பின் தாய் வானவில் என்பதை இங்கு பிரகடனப்படுத்துகிறோம். அவருடைய தந்தை பெயர் வசந்தன். வானவில்லின் காதலன். விபத்தில் இறந்துவிட்டார். பிறகு வானவில்லுக்குத் துயரமான ஒரு திருமணம் நடந்து, அமெரிக்கா சென்றார். தற்போது தந்தையும் கணவரும் இறந்துவிட்டார்கள். வானவில் அமெரிக்காவில் வசிக்கிறார். தற்போது சுதந்திரப் பறவையாக இருக்கிறார். ஜோசப்பைத் தன்னுடன் அமெரிக்காவிற்கு உடன் அழைத்துச் செல்வதற்காக வந்தார். இங்கே ஜோசப்பிற்குத் திருமண நிகழ்வு ஏற்பாடு ஆகியிருப்பதால், தேனிலவுக்கு அமெரிக்காவிற்கு அழைத்துச் செல்ல முடிவெடுத்திருக்கிறார். இனி அடிக்கடி தமிழ்நாடு வந்து அவர் ஜோசப் - ரோஸி தம்பதியைப் பார்ப்பார். கரோலின் சிஸ்டருக்கும் யேசு இல்ல பாதருக்கும் நினைவுப் பரிசும் ஸ்தாபனத்திற்கு நன்கொடையும் வானவில் அளிக்கிறார்" என்று நிறுத்தினான்.

இருவரும் எழுந்து வந்தார்கள். அவர்கள் இருவரும் நினைவுப் பரிசை மட்டும் பெற்றுக்கொண்டார்கள். நன்கொடையை வாங்க மறுத்துவிட்டார்கள். நாங்கள் சேவை மனப்பான்மையுடன் செயல்படுகிறோம் என்று சொல்லிவிட்டார்கள்.

திருமணக் கூட்டத்தின் இறுதியில் தந்தை விக்டரும் அவர் கூட வந்த சிலரும் நிற்பதைப் பார்த்து ரோஸியின் கண்கள் கலங்கின. டேனியல் பேசும்போதே அவர்கள் வந்துவிட்டார்கள். அவர்கள் ஆர்ப்பாட்டம் எதுவும் செய்யவில்லை. அமைதியாகக் கேட்டார்கள். பின்னர் அனைவருடனும் விக்டர் வெளியேறிவிட்டார்.

வானவில் மகிழ்ச்சியாக இருந்தார். தன் பிறப்பு சார்ந்த பழிச்சொல்லுக்குப் பதில் கிடைத்ததில் ஜோசப் மகிழ்ச்சியாக

இருந்தான். ரத்தினவேல் தன் பெண் குழந்தையைக் கொஞ்சிக்கொண்டிருந்தான். சாவித்திரியும் உமாவும் ரத்தினவேலுடன் இருந்தார்கள். ஜோசப் - ரோஸியுடன் நின்று வானவில் புகைப்படம் எடுத்துக்கொண்டார். பின்னர் டேனியலையும் சேர்த்து நிற்க வைத்துப் புகைப்படம் எடுத்துக்கொண்டார். உணர்ச்சிப் பெருக்கில் வானவில்லின் கண்கள் கலங்கின.

❋ ❋ ❋